# അലാവുദ്ദീനും
# അത്ഭുതവിളക്കും

ബാലസാഹിത്യം

# അലാവുദ്ദീനും അത്ഭുതവിളക്കും

സ്വതന്ത്ര പുനരാഖ്യാനം

ഹുസൈൻ കാരാടി

Little Green

little green
an imprint of green books private limited
gb building, civil lane road, ayyanthole,
thrissur- 680 003, kerala, ph: +91 487-2381066, 2381039
website: www.greenbooksindia.com
e-mail: info@greenbooksindia.com

*malayalam*
**alaavudheenum albudhavilakkum**
*children's novel*

*independent narration by*
hussain karadi

first published march 2020

cover design : shahzad

manipal technologies ltd, manipal

branches:
thrissur 0487-2422515
thiruvananthapuram 0471-2335301
calicut 0495 4854662

isbn : 978-93-89671-53-7

---



LGPL/037/2020

# അലാവുദ്ദീനും
# അത്ഭുതവിളക്കും

# ഒന്ന്

**തൊ**ടിയിൽ നടന്ന് ചുള്ളിവിറകുകൾ പെറുക്കിയെടുക്കുകയായിരുന്നു അലാവുദ്ദീന്റെ ഉമ്മ.

അലാവുദ്ദീന്റെ ബാപ്പ ജീവിച്ചിരിപ്പുണ്ടായിരുന്നെങ്കിൽ ഇത്തരം പണികളൊന്നും അവർക്ക് ചെയ്യേണ്ടിവരില്ലായിരുന്നു. കാട്ടിൽ പോയി നല്ല ഉണക്കവിറക് ശേഖരിച്ചുകൊണ്ടുവരുമായിരുന്നു അയാൾ.

പക്ഷേ, അലാവുദ്ദീൻ അവന്റെ ബാപ്പയെപ്പോലെയായിരുന്നില്ല. പണി ചെയ്യാൻ മടിയായിരുന്നു അവന്. ഒരു പണിയും ചെയ്യാതെ തിന്നും കുടിച്ചും കൂട്ടുകാരോടൊപ്പം അങ്ങാടിയിലും കാലിച്ചന്തയിലുമെല്ലാം അലഞ്ഞുനടക്കാനായിരുന്നു അവന് ഇഷ്ടം!

രാവിലെ ചായകുടി കഴിഞ്ഞാൽ പിന്നെ അവൻ വീട്ടിൽ നിൽക്കാറില്ല. കൂട്ടുകാരനായ ഷുക്കൂറിനോടൊപ്പം പുറത്തേക്കിറങ്ങും. പണി അന്വേഷിച്ചു പോവുകയാണെന്നാണ് അവൻ ഉമ്മയോട് പറയാറുള്ളത്.

പക്ഷേ, വിശപ്പുതുടങ്ങിക്കഴിഞ്ഞാൽ പിന്നെ ഒരു നിമിഷംപോലും അവൻ എവിടെയും നിൽക്കില്ല. ഉടനെ വീട്ടിലെത്തും.

അലാവുദ്ദീന് ഇഷ്ടപ്പെട്ട രണ്ടേ രണ്ട് കാര്യങ്ങളേയുള്ളൂ. ഇടയ്ക്കിടയ്ക്ക് ഭക്ഷണം കഴിക്കുക! സുഖമായി മൂടിപ്പുതച്ച് ഉറങ്ങുക!

മൂക്കറ്റം ഭക്ഷണം കഴിച്ച് കൂർക്കം വലിച്ച് ഉറങ്ങുന്ന അലാവുദ്ദീനെ കാണുമ്പോൾ അവന്റെ ഉമ്മക്ക് ദേഷ്യം വരും.

"എന്റെ അലാവുദ്ദീനേ, നീ ഇങ്ങനെ ഏത് നേരവും ഉറങ്ങിയാൽ നമ്മളെങ്ങനെയാണ് മോനേ ജീവിക്കുക? വിശക്കുന്നു എന്ന് പറയുമ്പോൾ ഞാൻ നിനക്ക് എന്താണ് ഉണ്ടാക്കിത്തരിക? ഈ വീട്ടിൽ ഒരു മണി ഗോതമ്പ് പോലുമില്ല."

അലാവുദ്ദീന്റെ ഉമ്മ പറയും.

"ഞാൻ പണി അന്വേഷിക്കാത്തതുകൊണ്ടാണോ ഉമ്മാ? എവിടെ അന്വേഷിച്ചാലും എനിക്ക് എടുക്കാൻ പറ്റാത്ത ഭാരിച്ച പണികളേ ഉള്ളൂ! ഭാരിച്ച പണി എടുത്താൽ ഉമ്മാന്റെ അലാവുദ്ദീൻ തളർന്നുപോവില്ലേ?"

അലാവുദ്ദീൻ പറയും.

അത് കേൾക്കുമ്പോൾ അവന്റെ ഉമ്മയ്ക്ക് സങ്കടം വരും.

ആണും പെണ്ണുമായിട്ട് അലാവുദ്ദീൻ മാത്രമേയുള്ളൂ അവന്റെ ഉമ്മയ്ക്ക്. അതുകൊണ്ട് അലാവുദ്ദീന്റെ ശരീരം ക്ഷീണിക്കുന്നതുപോലും അവന്റെ ഉമ്മയ്ക്ക് ഇഷ്ടമല്ല.

"ഉമ്മ ഒരു കാര്യം ചെയ്യ്. എനിക്ക് കുറച്ചു പൈസ ഉണ്ടാക്കിത്താ. ഞാൻ നമ്മുടെ പൂട്ടിയിട്ട പീടിക തുറന്ന് കച്ചവടം ചെയ്യാം."

അലാവുദ്ദീൻ പറഞ്ഞു.

അങ്ങാടിയിലെ ഒന്നാംതരം തുണിക്കച്ചവടക്കാരനായിരുന്നു അലാവുദ്ദീന്റെ ബാപ്പ. ബാപ്പ ഉണ്ടായിരുന്ന കാലത്ത് നല്ല സന്തോഷത്തോടെയായിരുന്നു അവരുടെ ജീവിതം. വീട്ടിൽ ഒന്നിനും ഒരു കുറവും ഉണ്ടായിരുന്നില്ല.

പെട്ടെന്നാണ് അലാവുദ്ദീന്റെ ബാപ്പ മരിച്ചത്. അതോടെ തുണിക്കച്ചവടം അലാവുദ്ദീന് ഏറ്റെടുക്കേണ്ടി വന്നു. പക്ഷേ, കച്ചവടത്തിൽ തീരെ താത്പര്യമില്ലായിരുന്നു അലാവുദ്ദീന്. കൂട്ടുകാരോടൊപ്പം കളിച്ചുനടക്കാനായിരുന്നു ഇഷ്ടം.

ചോദിക്കുന്നവർക്കെല്ലാം അലാവുദ്ദീൻ തുണിസാധനങ്ങൾ കടം കൊടുത്തു. കടം വാങ്ങിയവരാരും അവന് പണം തിരിച്ചുകൊടുത്തില്ല. ക്രമേണ പീടികയിൽ തുണിസാധനങ്ങൾ കുറഞ്ഞുവന്നു. അങ്ങനെ കച്ചവടം ക്ഷയിച്ചു. ഒരുപാട് പണം നഷ്ടമായി.

അവസാനം അലാവുദ്ദീന്റെ തുണിപ്പീടിക അടച്ചുപൂട്ടി.

അലാവുദ്ദീൻ പഴയപോലെ കൂട്ടുകാരോടൊപ്പം അലഞ്ഞുനടക്കാനും തുടങ്ങി.

അലാവുദ്ദീൻ ആവശ്യപ്പെട്ടതുപോലെ പൈസ കൊടുക്കാനും കച്ചവടപ്പീടിക തുറക്കാനും അവന്റെ ഉമ്മയ്ക്ക് ആഗ്രഹമുണ്ടായിരുന്നു. പക്ഷേ, പൈസ എവിടെനിന്ന് കിട്ടാനാണ്? വീടുകളിൽ പോയി പണിയെടുത്തിട്ടായിരുന്നു അലാവുദ്ദീന്റെ ഉമ്മ ചിലവിനുള്ള വക കണ്ടെത്തിയിരുന്നത്.

എന്നെങ്കിലുമൊരിക്കൽ മകന്റെ കുട്ടിക്കളി മാറുമെന്നും അവന് നല്ല ബുദ്ധി തോന്നുമെന്നും അലാവുദ്ദീന്റെ ഉമ്മ പ്രതീക്ഷിച്ചു.

"ഉമ്മാ അലാവുദ്ദീൻ എവിടെ?"

ഷുക്കൂറിന്റെ ചോദ്യം കേട്ടാണ് അലാവുദ്ദീന്റെ ഉമ്മ തിരിഞ്ഞുനോക്കിയത്. അലാവുദ്ദീന്റെ കൂട്ടുകാരനാണ് ഷുക്കൂർ. അവൻ ഒരാളേ അലാവുദ്ദീന് കൂട്ടുരനായിട്ടുള്ളൂ.

"അലാവുദ്ദീൻ പുറത്തേക്കിറങ്ങിയല്ലോ ഷുക്കൂറേ!"

അലാവുദ്ദീന്റെ ഉമ്മ പറഞ്ഞു.

"ഞാൻ അങ്ങാടിയിൽ നിന്നാണ് വരുന്നത്. അവിടെയെങ്ങും കണ്ടില്ല!"

ഷുക്കൂർ പറഞ്ഞു.

"കാലിക്കച്ചോടക്കാരൻ ദാവൂദിന്റെ അടുത്ത് നോക്കിയോ?"

"അവിടെ ചെന്നിട്ടില്ലെന്ന് ദാവൂദ് പറഞ്ഞു."

ഭക്ഷണവും ഉറക്കവും കഴിഞ്ഞാൽ അലാവുദ്ദീന്റെ ഇഷ്ടവിനോദമാണ് കന്നുകാലികളെ വാങ്ങുന്നതും വിൽക്കുന്നതും വിലപേശുന്നതുമെല്ലാം നോക്കിനിൽക്കുക.

“ചായകുടിച്ചിട്ടല്ലേ ഉമ്മാ അലാവുദ്ദീൻ പോയത്?”

ഷുക്കൂർ ചോദിച്ചു.

“വയറ് നെറെയാണ്ട് അലാവുദ്ദീൻ പൊറത്തേക്ക് ഇറങ്ങുംന്ന് തോന്നുന്നുണ്ടോ ഷുക്കൂറേ? ഗോതമ്പ് റൊട്ടിയും ഉരുളക്കിഴങ്ങ് കറിയും മൂക്കറ്റം തിന്നിട്ടാണ് പോയത്.”

അലാവുദ്ദീന്റെ ഉമ്മ പറഞ്ഞു.

“വയറ് നെറഞ്ഞപ്പം ഉറക്കം വന്നിട്ടുണ്ടാവും. ഉമ്മയ്ക്കറിയില്ലേ അവന്റെ സ്വഭാവം. ഉമ്മ ഒന്നുകൂടി അകത്തേക്ക് കയറി നോക്ക്. കമ്പിളിപ്പുതപ്പിനകത്ത് ചുരുണ്ടുകൂടി കിടക്കുന്നുണ്ടാവും.”

ഷുക്കൂർ അങ്ങനെ പറഞ്ഞപ്പോൾ അലാവുദ്ദീന്റെ ഉമ്മയ്ക്ക് സംശയം. തന്റെ കണ്ണിൽ പൊടിയിട്ട് അലാവുദ്ദീൻ പിന്നെയും അകത്ത് കയറിയിട്ടുണ്ടാവുമോ?

അലാവുദ്ദീന്റെ ഉമ്മ കിടപ്പുമുറിയുടെ വാതിൽക്കൽ ചെന്നു നോക്കി. കട്ടിലിൽ കമ്പിളിപ്പുതപ്പ് ചുരുട്ടിക്കൂട്ടി വെച്ചിരിക്കുന്നു. ഒറ്റനോട്ടത്തിൽ തന്നെ അവർക്ക് മനസ്സിലായി. അതിനകത്ത് അലാവുദ്ദീനാണെന്ന്. അവർ അടുത്ത് ചെന്ന് അവന്റെ ശരീരത്തിൽ നിന്ന് പുതപ്പ് വലിച്ചു മാറ്റിയിട്ടു.

“അലാവുദ്ദീനേ, നേരം എത്രയായീന്നാണ് നിന്റെ ചിചാരം? ഒന്ന് പൊറത്തെറങ്ങി നോക്ക്; വെയില് പരന്ന് കെടക്ക്ണത് കാണണമെങ്കില്.”

പുതപ്പ് ശരീരത്തിൽ നിന്ന് പോയെങ്കിലും അലാവുദ്ദീൻ എഴുന്നേൽക്കാതെ ചുരുണ്ടുകൂടി കിടന്നു.

“ഷുക്കൂറതാ അലാവുദ്ദീനെ കാത്ത് പൊറത്ത് നിൽക്ക്ന്ന്! പണി അന്വേഷിച്ച് പോകണംന്ന് ഇന്നലെ പറഞ്ഞിര്ന്നില്ലേ! ഇങ്ങനെ മൂടിപ്പുതച്ചുകെടന്നാല് ആരാ അലാവുദ്ദീനേ പണി കൊണ്ടെത്തരാ?”

അലാവുദ്ദീന്റെ ഉമ്മ ചോദിച്ചു.

പണിക്കുപോയാലൊന്നും താൻ രക്ഷപ്പെടില്ലെന്നായിരുന്നു അലാവുദ്ദീന്റെ വിശ്വാസം. പാരമ്പര്യമായി തന്റെ കുടുംബക്കാർ കച്ചവടക്കാരാണ്. അത് തന്നേയേ തനിക്കും ശരിയാവുകയുള്ളൂ.

അതുകൊണ്ടായിരുന്നു പണം മുടക്കി അലാവുദ്ദീനെ അവന്റെ ബാപ്പയുടെ പീടികയിൽ പിടിച്ചിരുത്തിയത്. പക്ഷേ മുടക്കുമുതൽപോലും തിരിച്ചുകിട്ടിയില്ല.

“കച്ചവടം പൊളിഞ്ഞത് എന്റെ കുറ്റംകൊണ്ടല്ല ഉമ്മാ. എനിക്ക് ഭാഗ്യം ഇല്ലാത്തതാണ് കാരണം.”

മകൻ പറഞ്ഞതാണ് ശരിയെന്ന് അലാവുദ്ദീന്റെ ഉമ്മയ്ക്ക് തോന്നി. തന്റെ മകൻ ഭാഗ്യം കെട്ടവനാണ്.

## രണ്ട്

**വെ**യിൽ ചൂടാവാൻ തുടങ്ങിയപ്പോൾ അലാവുദ്ദീനും ഷുക്കൂറും കാലി ച്ചന്തയും പിന്നിട്ട് ബാദുഷയുടെ കൊട്ടാരത്തിലേക്കുള്ള രാജപാതയി ലെത്തിയിരുന്നു.

പതിവിനു വിപരീതമായി രാജപാത വിജനമായിരുന്നു. ഇടയ്ക്കിടെ കാണാറുണ്ടായിരുന്ന ഭടന്മാർ പോലും അവിടെയെങ്ങും ഉണ്ടായിരുന്നില്ല.

അകലെ നിന്നും കേട്ടുതുടങ്ങിയ വാദ്യഘോഷങ്ങളുടെ ശബ്ദം അപ്പോഴാണ് അവർ ശ്രദ്ധിച്ചത്.

അലാവുദ്ദീൻ ചെവിയോർത്തിട്ട് ചോദിച്ചു.

"ഷുക്കൂറേ, നീ എന്തെങ്കിലും ശബ്ദം കേൾക്കുന്നുണ്ടോ?"

ഷുക്കൂറും കേൾക്കുന്നുണ്ടായിരുന്നു വാദ്യഘോഷങ്ങളുടെ ശബ്ദം.

അപ്പോഴാണ് തെരുവ് വിജനമായിക്കിടക്കുന്നതിന്റെ കാരണം ഷുക്കൂറിന് മനസ്സിലായത്. ബാദുഷാ കുമാരിയുടെ ജന്മദിനമായിരുന്നു അന്ന്.

"ബാദുഷാകുമാരി തോഴിമാരുമായി സ്നാനഗൃഹത്തിലേക്ക് പോകു ന്നത് ഈ പാത വഴിയാണ്. അതിന്റെ വാദ്യഘോഷങ്ങളാണ് കേൾക്കു ന്നത്. അവർ എത്തുന്നതിനു മുമ്പേ നമുക്ക് ഇവിടെ നിന്ന് പോകാം."

ഷുക്കൂർ പറഞ്ഞു.

"ഈ വഴിയരികിൽ നിന്നാൽ നമുക്ക് ബാദുഷാകുമാരിയെ കാണാൻ കഴിയില്ലേ?"

അലാവുദ്ദീൻ ചോദിച്ചു.

"നീ മടിയൻ മാത്രമല്ല അലാവുദ്ദീനെ! മറയനും കൂടിയാണ്. ബാദുഷാ കുമാരിയെ കാണാൻ നിന്നാൽ തലയുണ്ടാവില്ല. കുമാരി തോഴിമാരോ ടൊപ്പം കടന്നുപോകുന്ന പാതയരികിൽ പ്രജകളാരും ഉണ്ടാവാൻ പാടി ല്ലെന്നാണ് കല്പന."

"കണ്ടാലെന്താ?"

"കുമാരിയെ കണ്ട് ആരും മോഹിക്കാൻ പാടില്ല. അത്രമാത്രം സുന്ദരി യാണ് പോലും ബാദുഷാ കുമാരി."

"അങ്ങനെയാണെങ്കിൽ ബാദുഷാ കുമാരിയെ കാണാതെ പോകു ന്നതല്ലേ വിഡ്ഢിത്തം?"

"കണ്ടോളൂ, പിന്നെ നിനക്ക് ഈ ഭൂമിലോകത്തുള്ള ഒന്നും കാണാൻ കഴിയില്ല. ആദ്യം കണ്ണ് പോകും. പിന്നെ കണ്ണിരിക്കുന്ന ഈ തലയും."

Sunil Jose

വാദ്യഘോഷങ്ങളുടെ ശബ്ദം അടുത്തേക്ക് വരാൻ തുടങ്ങി. അതിനു മുമ്പെ നടന്ന് ബാദുഷ പുറപ്പെടുവിച്ച വിളംബരം വിളിച്ചുപറയുന്നുണ്ടായിരുന്നു ഒരു ഭടൻ.

"ഇന്ന് ബാദുഷാകുമാരിയുടെ ജന്മദിനം! ഈ പാതയിൽകൂടെ കുമാരി തോഴിമാരോടൊപ്പം സ്നാനഗൃഹത്തിലേക്ക് എഴുന്നള്ളുന്നതിനാൽ പാതയിലോ പാതയരികിലോ ആരും തന്നെ കാഴ്ചക്കാരായി നിൽക്കാൻ പാടുള്ളതല്ലെന്ന് ബാദുഷയുടെ കല്പന. കല്പന തെറ്റിക്കുന്നവർക്ക് കടുത്ത ശിക്ഷ ലഭിക്കുന്നതായിരിക്കുമെന്ന് ഇതിനാൽ അറിയിച്ചുകൊള്ളുന്നു."

"കേട്ടല്ലോ അലാവുദ്ദീനേ? അൽപനിമിഷങ്ങൾക്കകം ബാദുഷാകുമാരി ഇതുവഴി കടന്നുപോകും. അതുകൊണ്ട് ഇവിടെ നിൽക്കുന്നത് അപകടമാണ്."

ഷുക്കൂർ പറഞ്ഞു.

"പക്ഷേ ബാദുഷാകുമാരിയെ ഒരു നോക്കു കണ്ടിട്ടേ അലാവുദ്ദീൻ മടങ്ങുകയുള്ളൂ."

അലാവുദ്ദീന്റെ പിടിവാശി കണ്ടപ്പോൾ ഷുക്കൂറിന് പേടിയായി. അപകടത്തിലേക്കുള്ള പോക്കാണ് അലാവുദ്ദീന്റേത്.

അലാവുദ്ദീന്റെ പാവം ഉമ്മയെപ്പറ്റിയായിരുന്നു അപ്പോൾ ഷുക്കൂർ ആലോചിച്ചത്. അലാവുദ്ദീന് വല്ലതും സംഭവിച്ചാൽ ആ ഉമ്മയ്ക്ക് പിന്നെ ആരാണ് ഉണ്ടാവുക?

"നീ ഒരു പേടിക്കൊടലൻ! ഓടിപ്പോയിക്കോ ഇവിടെ നിന്ന്."

അലാവുദ്ദീൻ പറഞ്ഞു.

ഷുക്കൂർ പിന്നെ അവിടെ നിന്നില്ല.

വാദ്യഘോഷങ്ങൾ അടുത്തേക്ക് വന്നുകൊണ്ടിരുന്നു.

പാതയരികിൽ അങ്ങനെ നിൽക്കുന്നത് സുരക്ഷിതമല്ലെന്ന് അലാവുദ്ദീന് തോന്നി. ആരുടെയും കണ്ണിൽപെടാതെ മറഞ്ഞുനിൽക്കണം. വഴിയരികിൽ ഒരു വലിയ മരമുണ്ടായിരുന്നു. അതിന് സാമാന്യം വലിയ ഒരു പൊത്തുണ്ടായിരുന്നു. അലാവുദ്ദീൻ മരത്തിന്റെ പൊത്തിലേക്ക് ചേർന്നു നിന്നു.

"ഇവിടെ നിന്നാൽ അവർ നിന്നെ എളുപ്പത്തിൽ കണ്ടുപിടിക്കും. യുവാവേ നീ വിചാരിച്ചപോലെ ബാദുഷാകുമാരിയെ കാണാനും കഴിയില്ല."

തൊട്ടടുത്തു നിന്ന് ആരുടേയോ ശബ്ദം കേട്ടതുപോലെ തോന്നി. അവൻ അത്ഭുതത്തോടെ ചുറ്റും നോക്കി. അടുത്തെങ്ങും ആരേയും കാണാനുണ്ടായിരുന്നില്ല.

“പറഞ്ഞത് ഞാനാണ്. ബാദുഷാകുമാരിയെ കാണണമെങ്കിൽ പാതയരുകിലേക്ക് തന്നെ നിൽക്കണം.”

ശബ്ദം വ്യക്തമായി കേട്ടു. പക്ഷേ ആളെ കാണാനുണ്ടായിരുന്നില്ല.

“ആരാണ് സംസാരിക്കുന്നത്?”

അലാവുദ്ദീൻ ചോദിച്ചു.

“അദൃശ്യനായ ഒരാളാണ് ഞാൻ. നിന്റെ തൊട്ടടുത്തു തന്നെയുണ്ട്. പക്ഷേ നിനക്കെന്നല്ല ആർക്കും എന്നെ കാണാൻ കഴിയില്ല.”

ശബ്ദത്തിന്റെ ഉടമ പറഞ്ഞു.

“നിങ്ങൾ ആരാണ്?”

“നിന്നെപ്പോലെ ബാദുഷാകുമാരിയെ കാണാൻ നിൽക്കുന്ന ഒരാൾ! പക്ഷേ മന്ത്രശക്തികൊണ്ട് ഞാൻ എന്നെ അദൃശ്യനാക്കിയിരിക്കുകയാണ്. ഞാൻ ഒരു മന്ത്രവാദിയാണ്.”

അയാൾ പറഞ്ഞു.

“എന്നെ നിങ്ങൾക്ക് കാണാമോ?”

അലാവുദ്ദീൻ ചോദിച്ചു.

“എനിക്കെന്നല്ല ഇതിലെ കടന്നുപോകുന്ന ഏതൊരാൾക്കും കാണാം. ഈ മരപ്പൊത്തിനകത്ത് നീ സുരക്ഷിതനല്ല യുവാവേ!”

“എങ്കിൽ എന്നെക്കൂടി അദൃശ്യനാക്കൂ!”

അലാവുദ്ദീൻ പറഞ്ഞു.

“പക്ഷേ ഒരു നിബന്ധന. ബാദുഷാകുമാരിയെ കണ്ടു മോഹിക്കരുത്. കാരണം കുമാരി എനിക്കുള്ളതാണ്.”

“സമ്മതം.”

അലാവുദ്ദീൻ പറഞ്ഞു.

“എങ്കിൽ ഞാൻ ഇതാ നിന്റെ കൈകളിൽ പിടിക്കുന്നു.”

അയാൾ പറഞ്ഞു.

മന്ത്രവാദി അലാവുദ്ദീന്റെ കൈകളിൽ പിടിച്ചു. തണുത്ത കൈകളായിരുന്നു അയാളുടേത്. മന്ത്രവാദിയുടെ രൂപം അലാവുദ്ദീന്റെ മുമ്പിൽ തെളിഞ്ഞു. അലാവുദ്ദീൻ അയാളെ അത്ഭുതത്തോടെ നോക്കി. മധ്യവയസ്കനായിരുന്നു അയാൾ. അയാൾക്ക് താടിയും നീണ്ട മുടിയും ഉണ്ടായിരുന്നു. മുമ്പെവിടെയെങ്കിലും കണ്ടിട്ടില്ലാത്ത തരത്തിലുള്ള കൂർത്ത തൊപ്പിയും കൈയിൽ ഒരു ചെറിയ വടിയും ചുമലിൽ തൂക്കുസഞ്ചിയും ഉണ്ടായിരുന്നു.

“പക്ഷേ താങ്കളെപ്പോലെ ഒരാളെ ബാദുഷാകുമാരി ഇഷ്ടപ്പെടുമോ?”

അലാവുദ്ദീൻ ചോദിച്ചു.

"ഇഷ്ടപ്പെടും. അല്ലെങ്കിൽ ഇഷ്ടപ്പെടുത്തും. യുവാവേ ഇപ്പോൾ നമ്മൾ അദൃശ്യരാണ്! ആർക്കും നമ്മളെ കാണാൻ കഴിയില്ല."

വാദ്യഘോഷങ്ങളും രാജഭടന്മാരും പിന്നിലായി ബാദുഷാകുമാരിയുടെ തുറന്ന പല്ലക്കും അടുത്തേക്ക് എത്തിക്കൊണ്ടിരിക്കുന്നുണ്ടായിരുന്നു.

"വരൂ, നമുക്ക് ആ വഴിയരികിലേക്ക് നിൽക്കാം."

അയാൾ പറഞ്ഞു.

അലാവുദ്ദീൻ മന്ത്രവാദിയുടെ വിരൽതുമ്പിൽ പിടിച്ചു നടന്നു.

ബാദുഷാകുമാരിയുടെ പല്ലക്ക് മുമ്പിലെത്തിയപ്പോൾ അലാവുദ്ദീൻ അത്ഭുതപ്പെട്ടുപോയി. ബാദുഷാകുമാരി സുന്ദരിമാരുടെ റാണിയാണ്. ഒരു അപ്സരസ്സിന്റേതുപോലെ പ്രകാശിക്കുന്ന മുഖം.

ബാദുഷാകുമാരിയും പരിവാരങ്ങളും കടന്നുപോയിട്ടും അലാവുദ്ദീന്റെ കണ്ണുകളിൽ നിന്ന് ആ സുന്ദരരൂപം മാഞ്ഞുപോകുന്നുണ്ടായിരുന്നില്ല.

"യുവാവേ നിന്റെ പേരെന്താണ്?"

മന്ത്രവാദി ചോദിച്ചു.

അലാവുദ്ദീൻ പേര് പറഞ്ഞു.

മന്ത്രവാദിയുടെ കണ്ണുകൾ അത്ഭുതം കൊണ്ട് വികസിച്ചു.

"നീ അബ്ദുള്ളയുടെ മകനല്ലേ?"

"അതേ!"

"നിന്നെ എനിക്കറിയാം. നിന്റെ പിതാവിനേയും മാതാവിനേയും അറിയാം. ഞാൻ നിന്നെ എത്ര ദിവസമായെന്നോ അന്വേഷിച്ചുനടക്കുന്നു. നിനക്ക് ഏറ്റവും പ്രിയപ്പെട്ട ഒരാളാണ് ഞാൻ. എല്ലാം വിശദമായിട്ടു പറയാം. ആദ്യം നമുക്ക് നിന്റെ വീട്ടിലേക്കു പോകാം."

അവർ അലാവുദ്ദീന്റെ വീട്ടിലേക്ക് നടന്നു.

## മൂന്ന്

**അ**ലാവുദ്ദീൻ വീട്ടിൽ എത്തിയപ്പോഴാണ് അവന്റെ ഉമ്മയ്ക്ക് സമാധാനമായത്.

തെരുവിൽ നടക്കാൻ പോകുന്ന കാര്യങ്ങൾ മുഴുവൻ ഷുക്കൂർ അലാവുദ്ദീന്റെ ഉമ്മയോട് പറഞ്ഞിട്ടുണ്ടായിരുന്നു.

രാജഭടന്മാർ അലാവുദ്ദീനെ പിടിച്ചുകൊണ്ടുപോയിട്ടുണ്ടാവും എന്ന് ഭയപ്പെട്ടിരിക്കുകയായിരുന്നു അലാവുദ്ദീന്റെ ഉമ്മ.

"അലാവുദ്ദീനേ, നീ ഏതോ അപകടത്തിൽ പെട്ടു എന്നാണല്ലോ ഷുക്കൂർ പറഞ്ഞത്."

അലാവുദ്ദീന്റെ ഉമ്മ പറഞ്ഞു.

"എനിക്ക് ഒരപകടവും പറ്റിയിട്ടില്ല ഉമ്മാ. അവനൊരു പേടിക്കൊടലൻ. അവൻ എന്റെ കൂടെ നിന്നിരുന്നെങ്കിൽ ബാദുഷാകുമാരിയെ അവനും കാണാമായിരുന്നു. കുമാരി എന്ത് സുന്ദരിയാണെന്നറിയാമോ ഉമ്മാ."

അലാവുദ്ദീൻ പറഞ്ഞതുകേട്ട് അവന്റെ ഉമ്മ അത്ഭുതപ്പെട്ടു.

"നീ കണ്ടോ അലാവുദ്ദീനെ കുമാരിയെ?"

"കണ്ടു ഉമ്മാ! ഈ രണ്ടു കണ്ണുകൾകൊണ്ട് കണ്ടു!"

"പടച്ചതമ്പുരാനേ, ഇനി എന്തെല്ലാം ആപത്തുകളായിരിക്കും ഉണ്ടാവാൻ പോവുന്നത്? നീ എന്തിനാണ് അലാവുദ്ദീനേ കുമാരിയെ കാണാൻ പോയത്? ബാദുഷയുടെ പട്ടാളക്കാര് നിന്നെ തെരഞ്ഞ് ഇവിടെ എത്തൂലെ."

"ഈ ഉമ്മാന്റെ ഒരു പേടി. ഒരാളും എന്നെ കണ്ടിട്ടില്ല."

അലാവുദ്ദീൻ മന്ത്രവാദിയെ കാട്ടിയിട്ട് പറഞ്ഞു.

"ഉമ്മാ, ഈ ആളാണ് എനിക്ക് എല്ലാം കാണിച്ചുതന്നത്."

അപ്പോഴാണ് അലാവുദ്ദീന്റെ ഉമ്മ അവന്റെ കൂടെ വന്ന ആളെ ശ്രദ്ധിച്ചത്.

ഇതുവരെ കണ്ടിട്ടില്ലാത്ത ഒരാൾ. ഇന്നേവരെ കണ്ടിട്ടില്ലാത്ത വേഷം.

"ഇത് നമുക്ക് ഏറ്റവും പ്രിയപ്പെട്ട ഒരാളാണ് ഉമ്മാ."

അലാവുദ്ദീൻ പറഞ്ഞു.

"ആരാ മോനേ! ഉമ്മാക്ക് മനസ്സിലാവുന്നില്ലല്ലോ."

അലാവുദ്ദീന്റെ ഉമ്മ മന്ത്രവാദിയെ സൂക്ഷിച്ചുനോക്കിയിട്ട് പറഞ്ഞു.

ആരാണെന്ന് പറഞ്ഞുകൊടുക്കാൻ അലാവുദ്ദീനും അറിയില്ലായിരുന്നു. ഏറ്റവും പ്രിയപ്പെട്ട ഒരാളാണെന്നു മാത്രമേ അവനോടും അയാൾ പറഞ്ഞിട്ടുണ്ടായിരുന്നുള്ളൂ.

"നിങ്ങൾക്ക് എന്നെ അറിയില്ലായിരിക്കാം. അറിയുന്ന ഒരാൾ ഇവിടെ ഉണ്ടായിരുന്നു. ആ ആൾ മരണപ്പെട്ടുപോയല്ലോ!"

മന്ത്രവാദി പറഞ്ഞു. അയാൾ വളരെ വേദനയോടുകൂടെയായിരുന്നു അത് പറഞ്ഞത്. അയാളുടെ തൊണ്ട ഇടറുന്നുണ്ടായിരുന്നു.

"ഞാൻ ഈ അലാവുദ്ദീന്റെ എളേപ്പയാണ്. ഇവന്റെ ബാപ്പയുടെ സഹോദരൻ."

അയാൾ പറഞ്ഞു.

"ഏട്ടത്തിയമ്മയെ എന്റെ സഹോദരൻ വിവാഹം കഴിക്കുന്നതിനു മുമ്പേതന്നെ ഞാൻ ഈ നാടുവിട്ടു പോയിട്ടുണ്ടായിരുന്നു!"

പക്ഷേ അലാവുദ്ദീന്റെ ബാപ്പയ്ക്ക് അങ്ങനെ ഒരു സഹോദരനുള്ള കാര്യം അവന്റെ ഉമ്മയ്ക്ക് അറിയില്ലായിരുന്നു. ഒരിക്കൽപോലും അലാവുദ്ദീന്റെ ബാപ്പ അങ്ങനെ ഒരാളെപ്പറ്റി അവരോട് പറഞ്ഞിട്ടില്ലായിരുന്നു.

"ഏട്ടത്തിയമ്മയോട് ആരും എന്നെപ്പറ്റി പറഞ്ഞിട്ടുണ്ടാവില്ല. ഇവന്റെ ബാപ്പയുടെ കയ്യിൽ കിടന്ന ഒരു സ്വർണ്ണമോതിരം മോഷ്ടിച്ചുകൊണ്ടായിരുന്നു അന്ന് ഞാൻ നാടുവിട്ടത്."

അയാൾ പറഞ്ഞു.

മോതിരം കട്ടെടുത്തതിന്റെ ദേഷ്യം കൊണ്ടാവും ബാപ്പ എളേപ്പയെപ്പറ്റി പറയാതിരുന്നതെന്ന് അലാവുദ്ദീന് തോന്നി.

"എളേപ്പ എവിടേക്കാ നാടുവിട്ടുപോയത്?"

അലാവുദ്ദീൻ ചോദിച്ചു.

"ബാഗ്ദാദെന്ന് കേട്ടിട്ടുണ്ടോ? ആയിരക്കണക്കിന് മൈൽ അകലെയാണ്. കുറേക്കാലം അവിടെ കച്ചവടക്കാരുടെ കൂടെ താമസിച്ചു. അവിടെ നിന്ന് ചൈനയിലേക്ക് പോയി. അവിടേയും താമസിച്ചു കുറേക്കാലം. ചൈനയിൽ നിന്നാണ് ഞാൻ മന്ത്രവാദം പഠിച്ചത്."

മന്ത്രവാദി പറഞ്ഞു.

"എനിക്കും പഠിക്കണം മന്ത്രവാദം."

അലാവുദ്ദീൻ പറഞ്ഞു.

"പഠിപ്പിച്ചുതരാം. ഞാൻ പഠിച്ച എല്ലാ വിദ്യകളും പഠിപ്പിച്ചുതരാം. എന്റെ സഹോദരന്റെ മകനെ ഞാൻ വലിയവനാക്കും. ബാദുഷയെപ്പോലെ ഒരു വലിയ മനുഷ്യൻ."

അത് കേട്ടപ്പോൾ അലാവുദ്ദീന് വലിയ സന്തോഷം തോന്നി. അവന്റെ ആഗ്രഹം അതു തന്നെയായിരുന്നു.

ദൈവമാണ് അയാളെ തങ്ങളുടെ അടുത്തേക്ക് പറഞ്ഞുവിട്ടതെന്ന് അലാവുദ്ദീന്റെ ഉമ്മയ്ക്ക് തോന്നി. തങ്ങളുടെ ഇപ്പോഴത്തെ ജീവിതവും കഷ്ടപ്പാടുമെല്ലാം അവർ അയാളോട് പറഞ്ഞു.

"എല്ലാം മനസ്സിലാക്കിയിട്ട് തന്നെയാണ് ഞാൻ വന്നിരിക്കുന്നത്. എനിക്ക് ഭാര്യയും കുട്ടികളുമില്ല. ഈ കാലത്തിനിടയിൽ ഒരുപാട് പണം ഞാൻ സമ്പാദിച്ചിട്ടുണ്ട്. അതൊക്കെ എന്റെ സഹോദരനും ഭാര്യയ്ക്കും വേണ്ടി ചെലവഴിക്കാനുള്ളതാണ്."

അയാൾ പറഞ്ഞു.

തന്റെ സഹോദരന്റെ കിടപ്പുമുറി കാണണമെന്ന് അയാൾ പറഞ്ഞു.

അവർ അയാളെ അലാവുദ്ദീന്റെ ബാപ്പ കിടന്ന മുറിയിലേക്ക് കൊണ്ടുപോയി.

ആ മുറി കണ്ടപ്പോൾ അയാളുടെ കണ്ണുകൾ നിറഞ്ഞു.

“എന്റെ പ്രിയപ്പെട്ട സഹോദരൻ കിടന്ന കട്ടിൽ. അവസാന കാലത്ത് ഒരുനോക്ക് കാണാനോ തെറ്റുകൾ ഏറ്റുപറഞ്ഞ് മാപ്പു ചോദിക്കാനോ ഭാഗ്യം ലഭിക്കാത്ത പാപിയായിപ്പോയല്ലോ ഞാൻ.”

അയാൾ വിതുമ്പലോടെ പറഞ്ഞു.

അയാൾ പറയുന്നതൊന്നും കളവല്ലെന്ന് അവർക്ക് തോന്നി.

“മകനേ, അലാവുദ്ദീനേ, എങ്ങനെയാണ് ബാപ്പ മരിച്ചത്?”

അയാൾ ചോദിച്ചു.

അസുഖമായിട്ട് മരിച്ചതാണെന്ന് അലാവുദ്ദീന്റെ ഉമ്മ പറഞ്ഞു. അലാവുദ്ദീന്റെ ബാപ്പയ്ക്ക് തുണിക്കച്ചവടമായിരുന്നെന്നും ബാപ്പ മരിച്ചപ്പോൾ കച്ചവടം അലാവുദ്ദീൻ ഏറ്റെടുത്തെന്നും ക്രമേണ എല്ലാം നശിച്ചുപോയെന്നും അവർ പറഞ്ഞു.

“എളേപ്പ ഇനി എങ്ങും പോകേണ്ട. ഇവിടെത്തന്നെ താമസിച്ചാൽ മതി! അല്ലേ ഉമ്മാ?”

അലാവുദ്ദീൻ പറഞ്ഞു.

“അതിനെന്താ തടസ്സം? ഇത് എന്റെ സഹോദരന്റെ വീടല്ലേ? പക്ഷേ ഇന്ന് എളേപ്പയ്ക്ക് പോകണം. എന്നിട്ട് നാളെ രാവിലെ തിരിച്ചുവരും. അപ്പോൾ അലാവുദ്ദീൻ എന്റെ കൂടെ വരണം. കച്ചവടത്തിനുവേണ്ട തുണിസാധനങ്ങളൊക്കെ വാങ്ങണ്ടേ?”

അയാൾ പറഞ്ഞു.

“എന്തെങ്കിലും കഴിക്കണ്ടേ?”

അലാവുദ്ദീന്റെ ഉമ്മ ചോദിച്ചു.

പക്ഷേ ആ വീടിനകത്ത് ഭക്ഷണസാധനങ്ങളൊന്നും ഇല്ലെന്ന് മന്ത്രവാദിക്ക് അറിയാമായിരുന്നു. അയാൾ ഒരു സ്വർണ്ണനാണയമെടുത്ത് അലാവുദ്ദീന്റെ കൈയിൽ കൊടുത്തിട്ട് പറഞ്ഞു.

“മകനേ അലാവുദ്ദീനേ, നീ പുറത്തുപോയി എന്തെങ്കിലും ഭക്ഷണസാധനങ്ങൾ വാങ്ങിക്കൊണ്ടുവരണം!”

തിളങ്ങുന്ന സ്വർണ്ണനാണയം കണ്ട് അലാവുദ്ദീൻ അത്ഭുതപ്പെട്ടു. അത്തരത്തിൽ ഒരു നാണയം അവൻ ആദ്യമായിട്ടായിരുന്നു കാണുന്നത്?

“അത്യാവശ്യം സാധനങ്ങൾ  വാങ്ങാൻ രണ്ടു വെള്ളി നാണയം തന്നെ ധാരാളം. പിന്നെ എന്തിനാണ് ഈ സ്വർണ്ണനാണയം?”

അലാവുദ്ദീൻ ചോദിച്ചു.

"ബാക്കി പണം ഉമ്മയുടെ കൈയിൽ കൊടുക്കണം. നിങ്ങൾക്ക് ഇനിയും ആവശ്യങ്ങൾ ഉണ്ടാവില്ലേ?"

അയാൾ പറഞ്ഞു.

## നാല്

**പി**റ്റേ ദിവസം രാവിലെ തന്നെ മന്ത്രവാദി അലാവുദ്ദീന്റെ വീട്ടിലെത്തി.

അലാവുദ്ദീനും അവന്റെ ഉമ്മയും അയാളുടെ വരവും കാത്തിരിക്കുകയായിരുന്നു.

അലാവുദ്ദീൻ അവന്റെ എളേപ്പയോടൊപ്പം പോകുന്നത് സന്തോഷത്തോടെയായിരുന്നു അവന്റെ ഉമ്മ നോക്കിനിന്നത്.

ആളൊഴിഞ്ഞ വിജനമായ ഒരു സ്ഥലത്ത് കൂടെയായിരുന്നു അലാവുദ്ദീനും എളേപ്പയും യാത്രചെയ്തുകൊണ്ടിരുന്നത്.

ഏറെ ദൂരം യാത്ര ചെയ്തപ്പോഴേക്കും വെയിലിന് ചൂട് കൂടിത്തുടങ്ങിയിരുന്നു. ക്ഷീണം കൊണ്ട് അലാവുദ്ദീന് നടക്കാൻ കഴിയുന്നുണ്ടായിരുന്നില്ല. അവന് വിശക്കാനും തുടങ്ങി.

എളേപ്പ തൂക്കുസഞ്ചിയിൽ കരുതിവെച്ചിരുന്ന പഴങ്ങൾ അവന് കൊടുത്തു. തോൽപ്പാത്രത്തിൽ കരുതിയിരുന്ന വെള്ളവും കൊടുത്തു.

വിശപ്പ് മാറി എന്നല്ലാതെ അവന് ക്ഷീണം കൂടിവന്നതേയുള്ളൂ.

"നമ്മൾ എവിടേക്കാണ് പോകുന്നത്?"

അലാവുദ്ദീൻ ചോദിച്ചു.

തുണിപ്പീടികയിലേക്കുള്ള സാധനങ്ങൾ വാങ്ങുന്നതിനാണെങ്കിൽ പട്ടണത്തിലേക്കാണ് പോകേണ്ടത്. പക്ഷേ അവർ യാത്രചെയ്യുന്നത് ജനവാസമില്ലാത്ത വഴിയിൽ കൂടെയായിരുന്നു.

"ഇതുവരെ നീ കണ്ടിട്ടും കേട്ടിട്ടുമില്ലാത്ത ഒരു സ്ഥലത്തേക്കാണ് അലാവുദ്ദീനേ, നമ്മൾ പോകുന്നത്. അവിടെ നിന്നെ അത്ഭുതപ്പെടുത്തുന്ന കാഴ്ചകളുണ്ട്. നീ ഇന്നേവരെ ഭക്ഷിച്ചിട്ടില്ലാത്ത പഴങ്ങളുണ്ട്. ഒരിടത്തും കാണാത്ത പൂക്കൾ വിരിഞ്ഞുനിൽക്കുന്ന പൂന്തോട്ടങ്ങൾ ഉണ്ട്."

എളേപ്പ പറഞ്ഞു.

"സ്വർഗ്ഗമാണോ?"

അവൻ ചോദിച്ചു.

"സ്വർഗ്ഗം പോലെ ഒരു സ്ഥലം."

"ഇനിയും കുറേ ദൂരം പോകണോ എളേപ്പാ സ്വർഗ്ഗത്തിലേക്ക്."

"ഇല്ല. കുറച്ചുകൂടി. ഈ മലഞ്ചെരിവ് കടന്നാൽ നമ്മൾ അവിടെ എത്തും."

അവൻ ചുറ്റും നോക്കി.

കരിമ്പാറക്കെട്ടുകളാണ് ചുറ്റും. ഭയപ്പെടുത്തുന്ന ഒരു സ്ഥലം. പച്ചപ്പില്ലാതെ വരണ്ടുണങ്ങിക്കിടക്കുന്നു. അവിടവിടെ ഇലകൊഴിഞ്ഞു നിൽക്കുന്ന കൂറ്റൻ മരങ്ങൾ.

"ആ പാറക്കെട്ടുകൾക്കപ്പുറമാണ് ഞാൻ പറഞ്ഞ സ്ഥലം."

അയാൾ പറഞ്ഞു.

സമയം നട്ടുച്ചയോടടുത്തിരിക്കുന്നു. സൂര്യൻ ഉച്ചിയിലെത്തി ജ്വലിച്ചു നിൽക്കുന്നു.

ഒരു സമതലപ്രദേശത്ത് എത്തിയപ്പോൾ എളേപ്പ നിന്നു.

"ഇതാണ് ആ സ്ഥലം."

എളേപ്പ പറഞ്ഞു.

"പക്ഷേ, എളേപ്പ പറഞ്ഞ ഒന്നും തന്നെ ഇവിടെ കാണാനില്ലല്ലോ!"

അലാവുദ്ദീൻ പറഞ്ഞു.

"എല്ലാം ഞാൻ നിനക്ക് കാണിച്ചുതരാം. ഞാൻ ഒരു മഹാമാന്ത്രികനാണെന്ന് അറിയില്ലേ നിനക്ക്?"

ചുറ്റും കണ്ണോടിച്ചിട്ട് മന്ത്രവാദി പറഞ്ഞു.

"ഇവിടെ എവിടെയോ അതിന്റെ സൂചനകൾ കാണേണ്ടതാണല്ലോ!"

അയാൾ കണ്ണടച്ച് മന്ത്രങ്ങൾ ഉരുവിടാൻ തുടങ്ങി. പെട്ടെന്ന് കണ്ണുകൾ തുറന്നിട്ട് അയാൾ പറഞ്ഞു.

"ഇവിടെത്തന്നെ. എന്റെ കാൽപ്പാദങ്ങൾക്കടിയിൽ തന്നെ ആ സ്ഥലം. മകനേ, അലാവുദ്ദീൻ നീ കുറച്ച് ചുള്ളിക്കമ്പുകൾ കൊണ്ടുവരണം."

"ഞാൻ വല്ലാതെ ക്ഷീണിച്ചിരിക്കുന്നു എളേപ്പാ. എനിക്ക് വയ്യ."

"നിനക്ക് സ്വർഗ്ഗത്തിലെ കാഴ്ചകൾ കാണണ്ടേ?"

വേണം. അതിനുവേണ്ടിയാണല്ലോ ഇത്രയും ദൂരം പിന്നിട്ട് ഇവിടെ വന്നിരിക്കുന്നത്. അവൻ പിന്നെ ഒന്നും പറയാതെ കാടിനുള്ളിൽ പോയി ചുള്ളിക്കമ്പുകൾ കൊണ്ടുവന്നു.

ചുള്ളിക്കമ്പുകൾ അടുക്കിവെച്ച് അയാൾ അതിന് തീ കൊടുത്തു. തീ നല്ലപോലെ ആളിക്കത്താൻ തുടങ്ങിയപ്പോൾ അയാൾ മാന്ത്രികവടിയെടുത്ത് തീനാളത്തിന് നേരെ ചൂണ്ടി എന്തോ പറഞ്ഞു. പെട്ടെന്ന് തീകുണ്ഡത്തിൽ നിന്ന് ശക്തിയായ ഒരു പൊട്ടിത്തെറി ഉണ്ടായി.

ശബ്ദത്തിന്റെ ശക്തികൊണ്ട് അലാവുദ്ദീൻ ഞെട്ടിവിറച്ചു. കരിങ്കൽ കഷ്ണങ്ങളും പൊടിപടലങ്ങളും അന്തരീക്ഷത്തിലേക്ക് ഉയർന്നു.

"ഞാൻ പറഞ്ഞ അത്ഭുതലോകം നമുക്ക് മുമ്പിൽ പ്രത്യക്ഷപ്പെടാൻ പോവുകയാണ്."

അയാൾ പറഞ്ഞു.

പൊടിപടലങ്ങൾ അടങ്ങിയപ്പോൾ സ്ഫോടനമുണ്ടായ സ്ഥലത്ത് ഒരു ചതുരഫലകം തെളിഞ്ഞുവന്നു. കൊത്തുപണികൾ ചെയ്ത ഒരു കരിങ്കൽ വാതിൽ. അത് പിടിച്ചുയർത്താൻ ഇരുമ്പുകൊണ്ടുള്ള ഒരു വളയം!

"കണ്ടില്ലേ അലാവുദ്ദീൻ ആ അത്ഭുതലോകത്തേക്കുള്ള പ്രവേശന കവാടമാണ് നമുക്കു മുമ്പിൽ. ആ വാതിൽ തുറന്നാൽ അത്ഭുതലോകത്തേക്ക് പ്രവേശിക്കാം. ഉം തുറന്നോളൂ."

അവൻ ഭയം കൊണ്ട് ഒരടി പിന്നോട്ട് മാറി.

"ഭയപ്പെടേണ്ട അലാവുദ്ദീൻ. നിനക്കല്ലാതെ മറ്റാർക്കും ആ വാതിൽ തുറക്കാൻ കഴിയുകയില്ല. അതിനകത്തേക്ക് പ്രവേശിക്കാനും നിനക്ക് മാത്രമേ കഴിയുകയുള്ളൂ."

അയാൾ അത് പറഞ്ഞപ്പോൾ അലാവുദ്ദീന്റെ ഭയം ഒന്നുകൂടി വർദ്ധിച്ചതേയുള്ളൂ. എളേപ്പയുടെ കൂടെയല്ലാതെ താൻ ഒരിടത്തേക്കും തനിച്ചു പോകുകയില്ലെന്ന് അവൻ പറഞ്ഞു.

"അലാവുദ്ദീൻ നിന്റെ നന്മയ്ക്കുവേണ്ടിയാണ് എളേപ്പ പറയുന്നത്. നിനക്ക് കച്ചവടം ചെയ്ത് വലിയ വ്യാപാരിയാവണ്ടേ! ബാദുഷായെപ്പോലെ പണക്കാരനാവണ്ടേ! കച്ചവടം ചെയ്യണമെങ്കിൽ പണം വേണ്ടേ അലാവുദ്ദീൻ! അതിനുള്ള വിഭവങ്ങളെല്ലാം ആ കവാടം തുറന്ന് അകത്ത് ചെന്നാൽ നിനക്ക് ലഭിക്കും."

എളേപ്പ പറഞ്ഞതുപോലെയെല്ലാം ആയിത്തീരണമെന്ന് അലാവുദ്ദീന് ആഗ്രഹമുണ്ട്. പക്ഷേ ആ കരിങ്കൽ കവാടം തന്നെക്കൊണ്ട് തുറക്കാൻ കഴിയുമോ എന്നായിരുന്നു അവന്റെ സംശയം.

"വലിയ ഭാരമൊന്നുമില്ല ആ കവാടത്തിന്. ഒരു വിരൽതുമ്പുകൊണ്ട് പൊക്കി നിനക്ക് അത് തുറക്കാം. ഞാൻ കൂടെയുള്ളപ്പോൾ നീ എന്തിനാണ് ഭയപ്പെടുന്നത്? നീ എന്റെ സഹോദരന്റെ മകനല്ലേ! നിന്നെ ഞാൻ അപകടത്തിൽപെടുത്തുമോ?"

ശരിയാണ്, വല്ല അപകടവും സംഭവിച്ചാൽ മഹാമാന്ത്രികനായ എളേപ്പ അടുത്തുണ്ടല്ലോ.

അലാവുദ്ദീൻ കവാടത്തിന്റെ പിടിപൊക്കി. എളേപ്പ പറഞ്ഞതുപോലെ നിഷ്പ്രയാസം അവന് അത് ചെയ്യാൻ കഴിഞ്ഞു.

പാതാളത്തിലേക്കുള്ള കവാടമായിരുന്നു അത്. താഴേക്ക് ചവുട്ടിയിറങ്ങാൻ മാർബിൾ കല്ലുകൾ പാകിയ പടവുകൾ ഉണ്ടായിരുന്നു.

“അലാവുദ്ദീൻ ഈ പടവുകൾ ഇറങ്ങി താഴെ ചെന്നാൽ വിശാലമായ ഒരു ഗുഹയിലാണെത്തുക. അവിടെ മൂന്ന് മുറികൾ കാണാം. മൂന്ന് വലിയ ഭരണികളും. ഭരണികളിൽ വിലപിടിച്ച വസ്തുക്കളാണ്. പക്ഷേ അവയിലൊന്നും തൊട്ടുപോകരുത്. കരിങ്കൽ ശില്പമായി മാറിപ്പോകും. പിന്നെ നിന്നെ എനിക്കു പോലും രക്ഷിക്കാനാവില്ല. മൂന്നാമത്തെ മുറിയുടെ അറ്റത്തുള്ള വാതിൽ കടന്നാൽ ഞാൻ പറഞ്ഞ മനോഹരമായ സ്ഥലത്തെത്തും. കാഴ്ചകൾ കണ്ട് സമയം കളയരുത്. കുറച്ചുകൂടി മുന്നോട്ടു നടന്നാൽ പിന്നെയും ചവിട്ടുപടികൾ കാണാം. അത് കയറിച്ചെന്നാൽ വിശാലമായ ഒരു മുറിയിലെത്തും. അവിടെ ഒരു ചെമ്പുകൂടിനുമുകളിൽ കത്തിക്കൊണ്ടിരിക്കുന്ന ഒരു വിളക്ക് കാണാം. ആ വിളക്കിന്റെ തിരികെടുത്തി എണ്ണ തറയിലൊഴിച്ച് വിളക്കുമായി തിരിച്ചുവരണം. ഇത്രമാത്രമേ ചെയ്യാനുള്ളൂ.”

അയാൾ പറഞ്ഞു.

“ഒന്നും പേടിക്കേണ്ടതില്ല അലാവുദ്ദീൻ. നിനക്ക് ഒരാപത്തും സംഭവിക്കില്ല.”

അയാൾ തന്റെ വിരലിലെ മോതിരത്തിൽ നിന്ന് ഒരെണ്ണം ഊരിയെടുത്ത് അലാവുദ്ദീന്റെ വിരലിൽ അണിയിച്ചിട്ട് പറഞ്ഞു.

“ഇത് ഒരു മാന്ത്രിക മോതിരമാണ്. എന്തെങ്കിലും ആപത്ത് സംഭവിച്ചാൽ ഈ മോതിരം നിന്നെ രക്ഷിച്ചുകൊള്ളും.”

കല്ലുകൾ പതിച്ച പഴക്കം ചെന്ന ഒരു മോതിരമായിരുന്നു അത്.

## അഞ്ച്

**അ**ലാവുദ്ദീൻ വെണ്ണക്കൽപ്പടവുകളിൽ ചവുട്ടി ഇറങ്ങി. താഴേക്ക് ചെല്ലുംതോറും നേരിയ തണുപ്പ് അനുഭവപ്പെട്ടു തുടങ്ങിയിരുന്നു. പുറത്ത് കഠിനമായ ചൂടായിരുന്നു.

അവൻ ഗുഹയുടെ നടുത്തളത്തിലെത്തി. അവന്റെ എളേപ്പ പറഞ്ഞതുപോലെ അവിടെ ചെമ്പുകൊണ്ടുള്ള വാതിലുകൾ കാണാനുണ്ടായിരുന്നു.

അലാവുദ്ദീൻ വാതിലിനടുത്തേക്ക് ചെന്നപ്പോൾ അത് താനേ തുറന്നു. അതിനകം വിശാലമായ ഗുഹയായിരുന്നു. അവൻ ഗുഹയ്ക്കകത്തേക്ക് കടന്നു. ഗുഹ മൂന്ന് മുറികളായി തിരിച്ചിട്ടുണ്ടായിരുന്നു. മുറിക്കകത്ത് മൂന്ന് വലിയ വെള്ളി ഭരണികൾ കാണുന്നുണ്ടായിരുന്നു. ആ ഭരണികൾക്കകത്ത് എന്താണെന്നറിയാൻ അവന് കൗതുകം തോന്നി. ആദ്യത്തെ ഭരണിക്കടുത്ത് ചെന്നപ്പോൾ അത്ഭുതം കൊണ്ട് അവന്റെ കണ്ണുകൾ വികസിച്ചു. ഭരണിയിൽ നിറയെ വെട്ടിത്തിളങ്ങുന്ന സ്വർണ്ണദ്രാവകമായിരുന്നു.

രണ്ടാമത്തെ മുറിയിലുമുണ്ടായിരുന്നു മൂന്ന് വലിയ ഭരണികൾ. അതിനകത്ത് നിറയെ സ്വർണ്ണത്തരികളായിരുന്നു. മൂന്നാമത്തെ മുറിയിലെ ഭരണികളിൽ സ്വർണ്ണനാണയങ്ങൾ നിറച്ചുവെച്ചിട്ടുണ്ടായിരുന്നു.

ജീവിതത്തിൽ ഒരിക്കലും കണ്ടിട്ടില്ലാത്ത കാഴ്ചകളായിരുന്നു എല്ലാം.

പക്ഷേ, ഭരണികളിൽ ഒന്നിലും തൊടരുതെന്നാണ് എളേപ്പ പറഞ്ഞിരിക്കുന്നത്. തൊട്ടാൽ കരിങ്കൽശിൽപമായി മാറിപ്പോവും. അതുകൊണ്ട് അറിയാതെപോലും ഭരണികളിൽ തൊടാതെ നോക്കണം.

മൂന്നാമത്തെ മുറിയുടെ അകത്ത് മനോഹരമായി കൊത്തുപണികൾ ചെയ്ത ഒരു വാതിൽ കാണുന്നുണ്ടായിരുന്നു.

അലാവുദ്ദീൻ വാതിലിലിലൂടെ അകത്തേക്ക് കടന്നു. വിശാലമായ ഒരു സ്ഥലമായിരുന്നു അത്. സമൃദ്ധമായ ഫലവൃക്ഷങ്ങളുടെ ഒരു തോട്ടം. ഇന്നേവരെ കണ്ടിട്ടും കേട്ടിട്ടുമില്ലാത്ത പഴങ്ങൾ മരച്ചില്ലകളിൽ തൂങ്ങിയാടുന്നു. അവന് കൊതി തോന്നി.

അവിടം വിട്ടുപോകാൻ തോന്നിയില്ല അലാവുദ്ദീന്. പക്ഷേ ആ കാഴ്ചകൾ കണ്ട് സമയം കളയരുതെന്ന് എളേപ്പ പ്രത്യേകം പറഞ്ഞിരുന്നു. അലാവുദ്ദീൻ മുന്നിൽ കണ്ട ചവിട്ടുപടികളിൽ കൂടെ മുകളിലേക്ക് കയറി. ചെന്നെത്തിയത് വിശാലമായ ഒരു മുറിയിലായിരുന്നു. അവിടെ വെളിച്ചം കുറവായിരുന്നു! പല വലുപ്പത്തിലും രൂപത്തിലുമുള്ള ചെമ്പുതകിടുകൾ കൊണ്ടുള്ള കൂടുകൾ ഉണ്ടായിരുന്നു മുറി നിറയെ. അതിൽ ഏറ്റവും വലിയ കൂടിനുമുകളിൽ ഒരു വിളക്ക് കത്തിനിൽക്കുന്നുണ്ടായിരുന്നു.

ആ വിളക്കുമായി തിരിച്ചുചെല്ലണമെന്നാണ് എളേപ്പ പറഞ്ഞത്.

വിളക്കുകണ്ടപ്പോൾ അലാവുദ്ദീന് അത്ഭുതം തോന്നി. ഇത്രയും സാഹസങ്ങൾ ചെയ്ത് ഇവിടെ വന്നിരിക്കുന്നത് കാലപ്പഴക്കം വന്ന് തിളക്കംപോലും നഷ്ടപ്പെട്ട ഈ പഴഞ്ചൻ വിളക്കിനുവേണ്ടിയായിരുന്നോ?

അലാവുദ്ദീൻ വിളക്ക് കൈയിലെടുത്തു. കത്തിനിൽക്കുന്ന തീ നാളം ഊതിക്കെടുത്തി. വിളക്കിനകത്ത് ഉണ്ടായിരുന്ന എണ്ണ നിലത്തൊഴിച്ചു.

വിളക്ക് തുണിയിൽ പൊതിഞ്ഞശേഷം തിരിച്ചുനടക്കാൻ തുടങ്ങി.

തോട്ടത്തിൽ പൂത്തുലഞ്ഞുനിൽക്കുന്ന പഴങ്ങൾ കണ്ടപ്പോൾ അവന്റെ നാവിൽ കൊതിയൂറി. പഴങ്ങൾ തൊടരുതെന്ന് എളേപ്പ പറഞ്ഞിട്ടില്ല. കുറച്ചെണ്ണം പറിച്ചെടുത്ത് കഴിച്ചാലോ, അവൻ ആലോചിച്ചു. കാണാൻ ഭംഗിയുള്ളതുപോലെ നല്ല രുചിയും മധുരവുമായിരിക്കും പഴങ്ങൾക്ക്.

ഒന്നു തൊട്ടതേയുള്ളു. പഴം അടർന്ന് അവന്റെ കൈയിൽ പോന്നു. കൈയിലെത്തിയപ്പോഴാണ് അവന് മനസ്സിലായത് ഭക്ഷിക്കാൻ പറ്റിയവയല്ലെന്ന്. കുപ്പിച്ചില്ലുകൾകൊണ്ടുള്ള പഴങ്ങളായിരുന്നു.

കുറച്ചു പഴങ്ങൾ അവൻ പറിച്ചെടുത്തു. ഉമ്മയ്ക്കും ഷുക്കൂറിനും കാണിച്ചുകൊടുക്കാം. ആരു കണ്ടാലും അത്ഭുതപ്പെടും. അത്രയ്ക്ക് തിളക്കമുണ്ടായിരുന്നു അവയ്ക്ക്.

ഗുഹാമുഖത്തിനുതാഴെ പടവുകൾക്കടുത്തെത്തിയപ്പോൾ അവൻ വിളിച്ചു പറഞ്ഞു.

"എളേപ്പാ ഞാൻ വന്നു."

"മകനേ അലാവുദ്ദീൻ, വിളക്ക് കിട്ടിയോ?"

മന്ത്രവാദി സന്തോഷത്തോടെ വിളിച്ചു ചോദിച്ചു.

ഗുഹാമുഖത്ത് തന്റെ വരവും കാത്തിരിക്കുന്ന എളേപ്പയെ അവൻ കണ്ടു.

“കിട്ടി എളേപ്പാ.”

“എവിടെ? എളേപ്പ ആ വിളക്കൊന്ന് കാണട്ടെ.”

അയാൾ ആവേശത്തോടെ പറഞ്ഞു.

“ഈ തുണിസഞ്ചിയിൽ പൊതിഞ്ഞുവെച്ചിരിക്കുകയാണ്.”

“ആ വിളക്ക് കാണാൻ എളേപ്പക്ക് കൊതിയാവുന്നു. മകനേ ആദ്യം അതെന്റെ കൈയിലേക്ക് താ.”

അയാൾ ഗുഹയ്ക്കകത്തേക്ക് കൈ നീട്ടിയിട്ട് പറഞ്ഞു.

“ഞാൻ കയറി വന്നിട്ട് തരാം.”

“ആദ്യം വിളക്ക് എന്റെ കൈയിലേക്ക് തരൂ. എന്നിട്ട് സാവധാനം കയറിപ്പോന്നോളൂ.”

അയാൾ കൈകൾ ഒന്നുകൂടി താഴ്ത്തിയിട്ട് പറഞ്ഞു.

“തുണിയിൽ നിറയെ പഴങ്ങളാണ് എളേപ്പാ. അതിനടിയിലാണ് വിളക്ക്. പഴങ്ങൾ കാണണ്ടേ എളേപ്പയ്ക്ക്? നല്ല ഭംഗിയുള്ള പഴങ്ങളാണ്.”

അലാവുദ്ദീൻ പറഞ്ഞു.

“എനിക്കൊന്നും കാണേണ്ട. നീ ആ വിളക്ക് എന്റെ കൈയിലേക്ക് താ.”

“ഞാൻ കയറിവന്ന ശേഷം തരാമെന്ന് പറഞ്ഞില്ലേ എളേപ്പാ.”

“അലാവുദ്ദീൻ, നീ എന്നെ കളിപ്പിക്കുകയാണോ?”

“എളേപ്പ എന്തിനാണ് ധൃതി കാണിക്കുന്നത്. ഈ പഴഞ്ചൻ വിളക്ക് എനിക്കെന്തിനാണ്. എനിക്ക് ഈ പഴങ്ങൾ മാത്രം മതി.”

അലാവുദ്ദീൻ അത് തന്നെ ആവർത്തിച്ചപ്പോൾ അയാൾക്ക് ദേഷ്യം വന്നു.

ശബ്ദത്തിന് മാറ്റം വന്നു.

“ആദ്യം വിളക്ക് എന്റെ കൈയിലേക്ക് തന്നില്ലെങ്കിൽ ഗുഹയിൽ നിന്ന് പുറത്ത് കടക്കാൻ ഞാൻ നിന്നെ അനുവദിക്കില്ല.”

അയാൾ ദേഷ്യത്തോടെ പറഞ്ഞു.

അയാളുടെ ശബ്ദത്തിന്റെ മാറ്റം അലാവുദ്ദീനെ അത്ഭുതപ്പെടുത്തി.

അതുവരെ സ്നേഹത്തോടെ സംസാരിച്ചിരുന്ന എളേപ്പ എത്ര പെട്ടെന്നാണ് മാറിയത്. എന്തൊക്കെ പറഞ്ഞാലും പുറത്തുകടക്കാതെ വിളക്ക് എളേപ്പയുടെ കൈയിൽ കൊടുക്കില്ലെന്ന് അലാവുദ്ദീൻ തീരുമാനിച്ചു.

അയാൾ ദേഷ്യംകൊണ്ട് വിറയ്ക്കാൻ തുടങ്ങിയിരുന്നു.

“എടാ അലാവുദ്ദീനേ, ദ്രോഹീ! എന്നെ വഞ്ചിച്ചതിന് നീ അനുഭവിക്കും. നിന്നെ ഞാൻ ഈ ഗുഹയിൽ അടച്ചിട്ട് കൊല്ലും. മഹാമാന്ത്രികനാണ് ഞാൻ. എനിക്ക് കഴിയാത്തത് ഒന്നുമില്ല.”

അയാൾ വിളിച്ചുപറഞ്ഞുകൊണ്ടിരുന്നു.

ദേഷ്യം അടങ്ങുമ്പോൾ എളേപ്പയുടെ മനസ്സ് മാറുമെന്ന് അവൻ കരുതി. അതുകൊണ്ട് അതുവരെ കാത്തിരിക്കാമെന്ന് അവൻ തീരുമാനിച്ചു.

അലാവുദ്ദീൻ താഴെ പടവിൽ കയറി ഇരുന്നു.

പെട്ടെന്ന് അയാളുടെ ശബ്ദം വീണ്ടും കേട്ടു.

“എടാ അലാവുദ്ദീനേ, വഞ്ചകാ, ഞാൻ ഇതാ ഈ ഗുഹാകവാടം അടക്കാൻ പോവുകയാണ്. നിന്നെ ഈ ഗുഹയ്ക്കകത്തുനിന്നും രക്ഷപ്പെടുത്താൻ ഒരുത്തനും വരില്ല.” അയാൾ പറഞ്ഞു.

അവന് ഭയം തോന്നി.

പറഞ്ഞതുപോലെ എളേപ്പ ഗുഹാമുഖം അടച്ചുകളയുമോ? പിന്നെ എങ്ങനെയാണ് ഗുഹയിൽ നിന്നും രക്ഷപ്പെടുക?

പെട്ടെന്ന് ഒരു ശബ്ദത്തോടെ ഗുഹാമുഖം അടഞ്ഞു.

"എന്റുമ്മോ..."

അലാവുദ്ദീൻ ഉച്ചത്തിൽ വിളിച്ചു.

"ഞാൻ ഈ ഗുഹയിൽ നിന്ന് എങ്ങനെയാണ് രക്ഷപ്പെടുക...! ഉമ്മാ...!'

അവൻ ഒരിക്കലും പ്രതീക്ഷിക്കാത്തതായിരുന്നു എളേപ്പയുടെ മാറ്റം. അതുവരെ എളേപ്പയോട് അവന് തോന്നിയിരുന്ന സ്നേഹം നിമിഷങ്ങൾ കൊണ്ട് ഇല്ലാതെയായി.

## ആറ്

സൂര്യൻ അസ്തമിച്ചുതുടങ്ങിയപ്പോഴും അലാവുദ്ദീന്റെ ഉമ്മ അവനെയും കാത്ത് ഉമ്മറത്തു തന്നെ നിൽക്കുകയായിരുന്നു. രാവിലെ വീട്ടിൽ നിന്നും ഇറങ്ങിപ്പോയ അലാവുദ്ദീനും അവന്റെ എളേപ്പയും അപ്പോഴും തിരിച്ചെത്തിയിട്ടുണ്ടായിരുന്നില്ല.

പെട്ടെന്നാണ് അലാവുദ്ദീന്റെ 'ഉമ്മാ' എന്നുള്ള വിളി കേട്ടതുപോലെ അവർക്ക് തോന്നിയത്.

അലാവുദ്ദീന് എന്തെങ്കിലും അപകടം പറ്റിയിട്ടുണ്ടാവുമോ എന്നായിരുന്നു അവരുടെ പേടി.

സമയം സന്ധ്യയോടടുക്കുന്നു.

ഷുക്കൂർ വരുന്നത് കണ്ടപ്പോൾ അവർക്ക് ആശ്വാസമായി.

അലാവുദ്ദീനും എളേപ്പയും തിരിച്ചെത്തിയിട്ടില്ല എന്ന വിവരം അലാവുദ്ദീന്റെ ഉമ്മ ഷുക്കൂറിനോട് പറഞ്ഞു.

"എനിക്കെന്തോ വല്ലാത്ത പേടി തോന്നുന്നു ഷുക്കൂറേ."

അലാവുദ്ദീന്റെ ഉമ്മ പറഞ്ഞു.

"ഉമ്മാ, ആ വന്ന ആള് എളേപ്പ തന്നെയാണോ?"

ഷുക്കൂർ ചോദിച്ചു.

"സത്യം പടച്ചതമ്പുരാന് മാത്രമല്ലേ അറിയൂ ഷുക്കൂറേ. ആ പെരുമാറ്റവും വർത്തമാനവും ഒക്കെ കണ്ടാൽ ആരും വിശ്വസിച്ചുപോവും. അലാവുദ്ദീന് കച്ചവടം തുടങ്ങാൻ സഹായിക്കാം എന്ന് പറഞ്ഞാല് വിശ്വസിക്കാതിരിക്യോ! മൂപ്പരെ കയ്യില് നല്ലപോലെ പൈസയുണ്ട്."

“മന്ത്രവാദം പഠിച്ച ആളല്ലെ ഉമ്മാ? മന്ത്രവാദം കൊണ്ട് എന്താ ഉണ്ടാക്കാൻ കഴിയാത്തത്?”

തന്റെ മകന് ഒരാപത്തും വരുത്തല്ലേയെന്ന് അലാവുദ്ദീന്റെ ഉമ്മ ദൈവത്തോട് പ്രാർത്ഥിച്ചു.

അലാവുദ്ദീന് ഒരാപത്തും സംഭവിക്കില്ലന്ന് ഷുക്കൂർ അവരെ ആശ്വസിപ്പിച്ചു.

ഗുഹയുടെ വാതിൽ അടച്ചശേഷം മന്ത്രവാദി പിന്നെ അവിടെ നിന്നില്ല.

അയാൾ നേരെ ബാഗ്ദാദിലേക്കാണ് പോയത്.

സമനില തെറ്റിയവനെപ്പോലെയാണ് അയാൾ ബാഗ്ദാദിൽ തിരിച്ചെത്തിയത്.

ഏറെ പ്രതീക്ഷയോടെ മന്ത്രവാദിയെ കാത്തിരിക്കുകയായിരുന്നു അയാളുടെ സഹോദരി രുക്സാന.

സഹോദരന്റെ വരവ് കണ്ടപ്പോൾ തന്നെ എന്തോ പന്തികേട് ഉള്ളതു പോലെ അവൾക്ക് തോന്നി.

“എന്ത് പറ്റി സഹോദരാ? വിളക്ക് കിട്ടിയില്ലേ?”

“എല്ലാം നശിച്ചു. നീണ്ട വർഷങ്ങളുടെ എന്റെ പരിശ്രമം ഒരു ദിവസം കൊണ്ട് നശിച്ചു.”

മന്ത്രവാദി പറഞ്ഞു.

“വിജയത്തിന്റെ വക്കിലെത്തിയ ഞാൻ അവസാനം പരാജയപ്പെട്ടു പോയി.”

“പരാജയപ്പെട്ടുവെന്നോ? സർവ്വ മന്ത്രങ്ങളും തന്ത്രങ്ങളും സ്വായത്തമാക്കി ചെല്ലുന്നിടത്തെല്ലാം വിജയിച്ചുകൊണ്ടിരുന്ന എന്റെ സഹോദരൻ പരാജയപ്പെട്ടുവെന്നോ? എനിക്ക് വിശ്വസിക്കാൻ കഴിയുന്നില്ല.”

അലാവുദ്ദീനെ കണ്ടതുമുതൽ ഉണ്ടായ സംഭവങ്ങളെല്ലാം മന്ത്രവാദി രുക്സാനയോടു പറഞ്ഞു.

അത് കേട്ടപ്പോൾ അവൾക്ക് വല്ലാത്ത ദേഷ്യവും സങ്കടവും തോന്നി.

തന്റെ സഹോദരൻ വർഷങ്ങളോളം മഹാഗ്രന്ഥങ്ങൾ പരതിയ ശേഷമാണ് ആ അത്ഭുതവിളക്കിനെ സംബന്ധിച്ച രഹസ്യങ്ങൾ മനസ്സിലാക്കിയതെന്ന് രുക്സാനയ്ക്ക് അറിയാമായിരുന്നു. നൂറ്റാണ്ടുകൾക്ക് മുമ്പേ ഗുഹയിൽ അകപ്പെട്ടുപോയതായിരുന്നു ആ അത്ഭുതവിളക്ക്. വിളക്കിന് അടിമയായി ഒരു ഭൂതം ഉണ്ടെന്നും വിളക്ക് കൈവശം വെക്കുന്ന ആൾ കൽപ്പിക്കുന്നതെന്തും നിമിഷനേരംകൊണ്ട് ഭൂതം മുന്നിലെത്തിച്ചുതരുമെന്നും ഗ്രന്ഥത്തിൽ രേഖപ്പെടുത്തിയിട്ടുണ്ടായിരുന്നു.

പിന്നെയും വളരെ നാളുകൾ ഗ്രന്ഥങ്ങൾ പരിശോധിച്ചതിനു ശേഷ മാണ് ആ വിളക്ക് നിൽക്കുന്ന ഗുഹ ഷേബാദേശത്തെ ഒരു മലഞ്ചെരു വിലാണെന്ന് മന്ത്രവാദിക്ക് മനസ്സിലായത്.

മന്ത്രവാദിയുടെ ഓരോ നീക്കവും രുക്സാനയുടെ അറിവോടെയാ യിരുന്നു. മഹാമാന്ത്രികന്മാർ പലരും ശ്രമിച്ചതാണ് ആ അത്ഭുതവിളക്ക് സ്വന്തമാക്കാൻ. എല്ലാവരും പരാജയപ്പെട്ടിടത്ത് തന്റെ സഹോദരൻ വിജയിക്കുമെന്ന് രുക്സാനയ്ക്ക് അറിയാമായിരുന്നു.

നിഷ്കളങ്കനും സുന്ദരനുമായ ഒരു യുവാവിനെക്കൊണ്ട് മാത്രമേ ഗുഹയിൽ നിന്ന് അത്ഭുതവിളക്ക് കൈവശപ്പെടുത്തി പുറത്തെത്തിക്കാൻ സാധിക്കുകയുള്ളൂ എന്നും മഹാഗ്രന്ഥത്തിൽ രേഖപ്പെടുത്തിയിട്ടുണ്ടാ യിരുന്നു. യുവാവിന്റെ ജന്മദേശത്തെപ്പറ്റിയുള്ള സൂചനകളും ഗ്രന്ഥത്തിൽ ഉണ്ടായിരുന്നു. അങ്ങനെ ഒരു യുവാവിനെ അന്വേഷിച്ചുകൊണ്ടായിരുന്നു മാന്ത്രികന്റെ ഷേബാദേശത്തേക്കുള്ള യാത്ര!

“ആ യുവാവ് ഗുഹയിൽ അകപ്പെട്ടു എന്നല്ലേ സഹോദരൻ പറഞ്ഞത്. ഒരുപക്ഷേ അവന്റെ അവസാനവും അവിടെത്തന്നെയാവും. എന്നാലും അത്ഭുതവിളക്ക് സഹോദരന്റെ കൈകളിൽ തന്നെ എത്തിച്ചേരുമെന്ന് എന്റെ മനസ്സ് പറയുന്നു. അതിനുള്ള വഴികൾ മഹാഗ്രന്ഥങ്ങളിൽ ഒളിഞ്ഞുകിടപ്പുണ്ടാവും.”

രുക്സാന പറഞ്ഞു.

“അലാവുദ്ദീൻ, അവൻ ഇപ്പോൾ ആ ഗുഹയിൽ കിടന്ന് മരണത്തോട് മല്ലടിക്കുകയായിരിക്കും.”

മന്ത്രവാദി പല്ലുഞെരിച്ചുകൊണ്ട് പറഞ്ഞു.

“അവനെ ഗുഹയ്ക്കകത്തുനിന്ന് പുറത്തുകടക്കാൻ അനുവദിക്കണ മായിരുന്നു. നിഷ്കളങ്കനായ ഒരു ചെറുപ്പക്കാരനല്ലെ അലാവുദ്ദീൻ. ആ വിളക്ക് അവൻ സഹോദരന്റെ കൈയിൽതന്നെ തരുമായിരുന്നു.”

രുക്സാന പറഞ്ഞു.

പക്ഷേ ഗുഹയ്ക്കകത്തിട്ടുതന്നെ അലാവുദ്ദീനെ അവസാനിപ്പിക്കണം എന്നുതന്നെയായിരുന്നു മന്ത്രവാദിയുടെ തീരുമാനം. വിളക്കിനെപ്പറ്റി എല്ലാം അറിയാവുന്ന അലാവുദ്ദീൻ ജീവിച്ചിരിക്കുകയാണെങ്കിൽ എന്നും തനിക്ക് തലവേദനയായിരിക്കുമെന്ന് അയാൾ ഭയപ്പെട്ടിരുന്നു.

“അവന്റെ പിടിവാശി കണ്ടപ്പോൾ എനിക്ക് ദേഷ്യം വന്നു. രുക്സാനാ, നീ പറഞ്ഞതുപോലെ അല്പം ക്ഷമ കാണിക്കേണ്ടതായിരുന്നു!”

മന്ത്രവാദി പറഞ്ഞു.

“പെണ്ണായ ഞാൻ പോലും ചെയ്യാൻ മടിക്കുന്ന വിഡ്ഢിത്തങ്ങളാണ് സഹോദരൻ ചെയ്തിരിക്കുന്നത്.”

“ആ അത്ഭുതവിളക്ക് മാത്രമല്ല രുക്സാനാ എനിക്ക് നഷ്ടമായത്. ബാദുഷാകുമാരിയെ സ്വന്തമാക്കാനുള്ള അവസരം കൂടിയാണ്. പറഞ്ഞു കേട്ടതിനേക്കാൾ സുന്ദരിയാണ് ഷേബാ ദേശത്തെ ബാദുഷാകുമാരി. അത്ഭുതവിളക്ക് കൈയിലെത്തുന്നതോടെ ബാദുഷാകുമാരിയെ സ്വന്ത മാക്കാൻ  കഴിയും എന്നായിരുന്നു ഞാൻ കരുതിയിരുന്നത്.”

“സഹോദരൻ കണ്ട സ്വപ്നങ്ങളെല്ലാം യാഥാർത്ഥ്യമാവും.”

“ഇല്ല രുക്സാനാ, അലാവുദ്ദീനും അത്ഭുതവിളക്കും ഇനിയൊരി ക്കലും പുറത്തെത്തുമെന്ന് തോന്നുന്നില്ല.”

“പക്ഷേ, മോതിരത്തിന്റെ അടിമയായ കുട്ടിഭൂതത്തിനും ചിലതൊക്കെ ചെയ്യാൻ കഴിയില്ലേ? അലാവുദ്ദീനെ പുറത്തെത്തിക്കാൻ അവനെക്കൊണ്ട് കഴിയും! ആ മോതിരം കൈയിലുള്ളപ്പോൾ സഹോദരൻ എന്തിനാണ് ഭയപ്പെടുന്നത്.”

സ്വയം രക്ഷയ്ക്കുവേണ്ടി ആ മോതിരം അലാവുദ്ദീന്റെ വിരലിൽ അണിയിച്ചുകൊടുത്ത കാര്യം മന്ത്രവാദി പറഞ്ഞു. അതും കൂടി കേട്ടപ്പോൾ തന്റെ സഹോദരനെപ്പറ്റി ഉണ്ടായിരുന്ന എല്ലാ മതിപ്പും അവൾക്ക് നഷ്ടപ്പെട്ടു.

“രുക്സാനാ, നമുക്ക് ഇനി എന്ത് ചെയ്യാൻ കഴിയും? എനിക്ക് അലാവുദ്ദീനെ വേണം. അവന്റെ കൈവശമുള്ള അത്ഭുതവിളക്കും മാന്ത്രിക മോതിരവും വേണം.”

“പഴയ ഗ്രന്ഥങ്ങൾ കൈയിൽ ഉള്ളിടത്തോളം സഹോദരൻ നിരാശപ്പെടേണ്ടിവരില്ലെന്നാണ് എനിക്ക് തോന്നുന്നത്. എല്ലാ വഴികളും ഒന്നിച്ച് അടയില്ല. എവിടെയെങ്കിലും ഒരു വഴി തുറന്നുകിടപ്പുണ്ടാവും. സഹോദരൻ കണ്ട സ്വപ്നങ്ങൾ ഒന്നുപോലും സാക്ഷാത്കരിക്കപ്പെടാതെ പോവില്ല.”

രുക്സാന പറഞ്ഞു.

## ഏഴ്

**അ**ലാവുദ്ദീൻ എന്ത് ചെയ്യണമെന്നറിയാതെ ഗുഹയ്ക്കകത്ത് തന്നെ ഇരിക്കുകയായിരുന്നു. രക്ഷപ്പെടാനുള്ള വഴികളൊന്നും അവന്റെ മുമ്പിൽ തെളിഞ്ഞുവന്നില്ല.

“ഉമ്മാ...! ഉമ്മാ...!!”

അലാവുദ്ദീൻ ആവുന്നത്ര ഉച്ചത്തിൽ വിളിച്ചുകൊണ്ടിരുന്നു. പക്ഷേ അവന്റെ ശബ്ദം ആ ഗുഹയിൽ നിന്ന് പുറത്ത് പോയില്ല.

ഉമ്മയെ ഓർത്തപ്പോൾ അലാവുദ്ദീന് കരച്ചിൽ വന്നു. ഷുക്കൂറും ഒരു പക്ഷേ തന്നെ അന്വേഷിച്ചു നടക്കുന്നുണ്ടാവും.

എളേപ്പയെപ്പറ്റി ഓർത്തപ്പോൾ അവന് ദേഷ്യം വന്നു. എളേപ്പയല്ല, അയാൾ ദുഷ്ടനായ മന്ത്രവാദിയാണ്. അയാൾ ഗുഹാകവാടം പഴയ പോലെയാക്കിയിട്ട് ബാഗ്ദാദിലേക്ക് തിരിച്ചുപോയിട്ടുണ്ടാവും. അയാൾ എന്തിനാണ് ഇത്രയും വലിയ ഒരു ദ്രോഹം തന്നോട് ചെയ്തത്? തന്നോടും ഉമ്മയോടും അയാൾ കാണിച്ച സ്നേഹപ്രകടനങ്ങളെല്ലാം ഈ വിളക്കിനു വേണ്ടി മാത്രമായിരിക്കും.

അത് ലഭിക്കാതെ പോയതുകൊണ്ടാവും അയാൾ ദേഷ്യപ്പെട്ടതും ഗുഹാകവാടം അടച്ചതും.

പഴഞ്ചൻ വിളക്ക് അയാൾക്ക് കൊടുക്കാമായിരുന്നു. പക്ഷേ താൻ പടികയറുന്നതിനു മുമ്പേ വിളക്ക് കിട്ടണമെന്ന് അയാൾ വാശിപിടിച്ചത് എന്തിനായിരുന്നു?

ഈ വിളക്കിന് എന്തെങ്കിലും മാന്ത്രികശക്തി ഉണ്ടായിരിക്കുമോ?

അലാവുദ്ദീന് വിശക്കാൻ തുടങ്ങിയിരുന്നു. വഴിക്കുവെച്ച് എളേപ്പ കൊടുത്ത റൊട്ടിയും വെള്ളവും മാത്രമായിരുന്നു അവന്റെ ഭക്ഷണം.

പാവം ഉമ്മ, ഭക്ഷണം ഉണ്ടാക്കിവെച്ച് കാത്തുനിൽക്കുകയാവും.

എങ്ങനെയാണ് ഗുഹക്കകത്തുനിന്ന് രക്ഷപ്പെടുക?

ദേഷ്യമെല്ലാം മാറുമ്പോൾ അയാൾ ഗുഹാകവാടം തുറക്കുമായിരിക്കും.

പെട്ടെന്ന് അസാധാരണമായ ഒരു ശബ്ദം കേട്ട് അലാവുദ്ദീൻ ഞെട്ടിത്തിരിഞ്ഞുനോക്കി. പിന്നിൽ ചിരിച്ചുകൊണ്ട് നിൽക്കുന്നു കുട്ടിഭൂതം. വിചിത്രമായ ആ ചിരിയുടെ ശബ്ദമാണ് കേട്ടത്. ആ ചിരിയും രൂപവും കണ്ടപ്പോൾ അലാവുദ്ദീന് പേടിയല്ല തമാശയാണ് തോന്നിയത്. ഇതെന്ത് രൂപം? നിഷ്കളങ്കനായ ഒരു കുട്ടിയുടെ മുഖം. തലയിൽ ഒരൊറ്റ രോമവുമില്ല. പകരം രണ്ട് വെളുത്ത കൊച്ചു കൊമ്പുകൾ. ആ രൂപത്തിന് നീണ്ടുമെലിഞ്ഞ കൈകളുണ്ടായിരുന്നു. പക്ഷേ കാലുകളില്ലായിരുന്നു. അവൻ നിലത്തായിരുന്നില്ല നിൽക്കുന്നത്. വായുവിൽ പൊങ്ങുതടിപോലെ പൊങ്ങിക്കിടക്കുകയായിരുന്നു.

"നീ ആരാ?"

അലാവുദ്ദീൻ ചോദിച്ചു.

"ഞാൻ അങ്ങയുടെ അടിമയാണ്."

അവൻ പറഞ്ഞു.

"നീ മനുഷ്യനോ മൃഗമോ?"

"രണ്ടുമല്ല. ഭൂതം! കുട്ടിഭൂതം!!"

കുട്ടിഭൂതം അത് പറഞ്ഞ് സന്തോഷത്തോടെ കൊക്കിക്കൊക്കി ചിരിച്ചു. ചിരിക്കുമ്പോൾ അവന്റെ രൂപം വികൃതമാവുന്നതുപോലെ അലാവുദ്ദീന് തോന്നി. പക്ഷേ, അവന്റെ പല്ലുകൾ തിളങ്ങുന്നുണ്ടായിരുന്നു.

"നീ ചിരിക്കരുത്. നിന്റെ ചിരി എനിക്ക് ഇഷ്ടമല്ല."

അലാവുദ്ദീൻ പറഞ്ഞു. കുട്ടിഭൂതത്തിന്റെ ചിരി പിടിച്ചുനിർത്തിയതുപോലെ നിന്നു.

"ഇല്ല. യജമാനന് ഇഷ്ടമല്ലെങ്കിൽ ചിരിക്കുന്നില്ല."

കുട്ടിഭൂതം പറഞ്ഞു.

"നീ എങ്ങനെ ഇതിനകത്ത് വന്നു?"

"യജമാനൻ എന്നെ വിളിച്ചില്ലേ?"

"യജമാനനോ? ഏത് യജമാനൻ?"

"അവിടുന്ന് എന്റെ യജമാനൻ. ഞാൻ അവിടുത്തെ അടിമ."

"ഞാൻ ആരുടേയും യജമാനനല്ല. ഞാൻ ആരേയും വിളിച്ചിട്ടുമില്ല."

അലാവുദ്ദീൻ പറഞ്ഞു.

അലാവുദ്ദീന്റെ വിരലിൽ കിടക്കുന്ന മോതിരത്തിന്റെ അടിമയാണ് താനെന്ന് കുട്ടിഭൂതം പറഞ്ഞു.

"ആ മോതിരം ആരുടെ കൈയിലാണോ ഉള്ളത് ആ ആളാണ് എന്റെ യജമാനൻ. ആ യജമാനന്റെ കല്പനകൾ അനുസരിക്കുകയാണ് എന്റെ കടമ."

കുട്ടിഭൂതം പറഞ്ഞു.

"യജമാനന്റെ വിരലിൽ കിടക്കുന്ന മോതിരത്തിൽ ഉരസിയാൽ മതി. ആ നിമിഷം ഞാൻ മുമ്പിലെത്തും. കൽപ്പിക്കുന്നതെന്തും സാധിപ്പിച്ചു തരും."

കുട്ടിഭൂതം പറഞ്ഞതൊന്നും അലാവുദ്ദീന് മനസ്സിലായില്ല. താൻ ആ മോതിരത്തിൽ ഉരസിയിട്ടില്ല. പിന്നെ എങ്ങിനെ ഭൂതം വന്നു?

"യജമാനൻ അസ്വസ്ഥതയോടെ കൈകൾ കൂട്ടിത്തിരുമ്മിയില്ലേ. അപ്പോൾ ആ മോതിരത്തിലും ഉരസി. എന്ത് വേണമെന്ന് കല്പിച്ചാലും."

ആപത്തിൽ നിന്ന് ആ മോതിരം രക്ഷിക്കുമെന്ന് എളേപ്പ പറഞ്ഞ കാര്യം അലാവുദ്ദീൻ ഓർത്തു. തന്നെ ഈ ഗുഹയിൽ നിന്ന് രക്ഷപ്പെടുത്താൻ കുട്ടിഭൂതത്തിന് കഴിയുമായിരിക്കും. പറഞ്ഞുനോക്കാം.

"കുട്ടിഭൂതമേ, എനിക്ക് ഈ ഗുഹയിൽ നിന്ന് രക്ഷപ്പെടണം. എന്നെ എന്റെ ഉമ്മയുടെ അടുത്ത് എത്തിക്കാമോ?"

അലാവുദ്ദീൻ ചോദിച്ചു.

"കണ്ണടച്ചോളൂ യജമാനൻ."

കുട്ടിഭൂതം പറഞ്ഞതുപോലെ അലാവുദ്ദീൻ കണ്ണടച്ചു.

നിമിഷങ്ങൾ കഴിഞ്ഞപ്പോൾ കുട്ടിഭൂതം പറഞ്ഞു.

"യജമാനൻ, ഇനി കണ്ണ് തുറന്നോളൂ."

അലാവുദ്ദീൻ കണ്ണ് തുറന്നപ്പോൾ അത്ഭുതപ്പെട്ടുപോയി. താൻ നിൽക്കുന്നത് തന്റെ വീടിന്റെ മുറ്റത്താണ്. എന്തെന്നില്ലാത്ത സന്തോഷം തോന്നി അവന്.

"ഇനി എന്ത് വേണം യജമാനൻ?"

കുട്ടിഭൂതം ചോദിച്ചു.

"ഇനി ആവശ്യമുള്ളപ്പോൾ വിളിക്കാം. പൊയ്ക്കോളൂ!"

"ആ മോതിരത്തിൽ ഉരസിയാൽ മതി. ഞാൻ അപ്രത്യക്ഷനാവും."

അലാവുദ്ദീൻ മോതിരത്തിൽ ഉരസിയപ്പോൾ കുട്ടിഭൂതം അപ്രത്യക്ഷനായി.

"ഉമ്മാ...! ഉമ്മാ...!!"

അലാവുദ്ദീൻ വിളിച്ചു.

അവന്റെ വിളികേട്ട് ഉമ്മ മുറ്റത്തേക്ക് ഇങ്ങിവന്നു.

"എന്റെ അലാവുദ്ദീനേ, നീ ഇതുവരെ എവിടെയായിരുന്നു. നീ എന്നെ പേടിപ്പിച്ചുകളഞ്ഞല്ലോ. എന്താ മോനേ നിനക്ക് പറ്റിയത്?"

"എനിക്കൊന്നും പറ്റിയില്ല ഉമ്മാ."

അലാവുദ്ദീൻ പറഞ്ഞു.

"എവിടെ എളേപ്പാ?"

"അയാള് എളേപ്പയല്ല ഉമ്മാ. അയാള് കള്ളമന്ത്രവാദിയാണ്. അയാൾ എന്നെ ഗുഹയിലടച്ച് കൊല്ലാൻ നോക്കി. ഭാഗ്യം കൊണ്ടാണ് ഞാൻ രക്ഷപ്പെട്ടത്."

അലാവുദ്ദീൻ പറഞ്ഞു.

രാവിലെ വീട്ടിൽ നിന്ന് ഇറങ്ങിയത് മുതൽ ഉണ്ടായ സംഭവങ്ങൾ മുഴുവൻ അവൻ ഉമ്മയോട് പറഞ്ഞു.

"പടച്ചതമ്പുരാനേ, നീ ഒരു ആപത്തും വരുത്താതെ എന്റെ മോനെ തിരിച്ചുതന്നല്ലോ!"

അലാവുദ്ദീന്റെ ഉമ്മ ദൈവത്തോട് നന്ദി പറഞ്ഞു.

അപ്പോഴാണ് അവർ അവന്റെ കൈയിലെ തുണിപ്പൊതി ശ്രദ്ധിച്ചത്.

"ഇതെന്താണ് മോനേ?"

അലാവുദ്ദീന്റെ ഉമ്മ തുണിപ്പൊതി തുറന്നുനോക്കി. അതിൽ കണ്ണഞ്ചിപ്പിക്കുന്ന ചില്ലുപഴങ്ങൾ കണ്ട് അത്ഭുതപ്പെട്ടു.

"ഗുഹയ്ക്കകത്തുനിന്ന് പറിച്ചെടുത്തതാണ് ഉമ്മാ."

പഴങ്ങളുടെ കൂട്ടത്തിൽ ഉണ്ടായിരുന്ന പഴഞ്ചൻ വിളക്ക് കാണിച്ചിട്ട് അവർ ചോദിച്ചു.

"ഇതാണോ മോനേ നീ പറഞ്ഞ വിളക്ക്?"

"ഈ വിളക്ക് പുറത്തെടുക്കാൻ വേണ്ടിയാണ് ഉമ്മാ ആ മന്ത്രവാദി എന്നെ കൊണ്ടുപോയത്."

"എന്റെ പടച്ചോനെ, കണ്ടാൽ തന്നെ ഒരു കോലവുമില്ലാത്ത വിളക്കല്ലേ ഇത്. അയാൾക്ക് ഭ്രാന്താണ്. മോനേ, അലാവുദ്ദീനേ, ഇനി നീ

സൂക്ഷിക്കണം. അയാള് ഇനിയും വരും. ഇനി ആരുടെ കൂടെയും പോക രുത്. നീ വലുപ്പം വെച്ചൂന്നേയുള്ളൂ. നിന്റെ സ്വഭാവം ഇപ്പോഴും കുട്ടി കളെപ്പോലെ തന്നെയാണ്."

"ഇല്ലുമ്മാ, ഇനി ആര് വിളിച്ചാലും പോകൂല. ഉമ്മാ, എനിക്ക് വിശ ക്കുന്നു. എന്തെങ്കിലും തിന്നാൻ താ."

"ഉമ്മ എല്ലാം ഉണ്ടാക്കി വെച്ചിട്ടുണ്ട്."

അലാവുദ്ദീൻ ഉമ്മയുടെ പിന്നാലെ അകത്തേക്ക് കയറി.

## എട്ട്

**അ**ലാവുദ്ദീൻ പറഞ്ഞതൊന്നും ഷുക്കൂറിന് വിശ്വസിക്കാൻ കഴിഞ്ഞില്ല.

"അലാവുദ്ദീനേ, നിന്നെ അടച്ചിട്ട ഗുഹയ്ക്കകത്ത് ഇരുട്ടായിരുന്നില്ലേ?"

ഷുക്കൂറ് ചോദിച്ചു.

"പറഞ്ഞാൽ നിനക്ക് വിശ്വാസമാവില്ല. ഈ പകലിനേക്കാൾ പ്രകാശ മായിരുന്നു അകത്ത്."

"നിന്നെ രക്ഷിച്ച കുട്ടിഭൂതം ശരിക്കും ഭൂതം തന്നെയായിരുന്നോ? അതോ നിനക്ക് തോന്നിയതാണോ അലാവുദ്ദീനേ?"

"ശരിക്കും ഭൂതം തന്നെ. ഭൂതം വന്നില്ലായിരുന്നെങ്കില് ഞാൻ ആ ഗുഹയ്ക്കകത്ത് കിടന്ന് മരിച്ചുപോകുമായിരുന്നു."

"അന്ന് നീ ബാദുഷാകുമാരിയെ കണ്ടു എന്ന് പറഞ്ഞതോ, സത്യ മാണോ?"

"സത്യം. ഞാനും നീയും നിൽക്കുന്നതുപോലെ ഇത്രയും അടുത്ത് നിന്നിട്ട്. അന്ന് അയാളാണ് എന്നെ സഹായിച്ചത്. അയാൾ മന്ത്രവാദി യാണല്ലോ. ബാദുഷാകുമാരി ഞാൻ കണ്ടതിൽ വെച്ച് ഏറ്റവും സുന്ദരി യാണ്."

അലാവുദ്ദീൻ ഒരു ചില്ലുപഴമെടുത്ത് ഷുക്കൂറിന് കൊടുത്തു.

"ഇത് ഞാൻ ഗുഹയ്ക്കകത്തുനിന്ന് പറിച്ചെടുത്തതാണ്. നല്ല ഭംഗിയും തിളക്കവുമുണ്ട്. പക്ഷേ തിന്നാൻ പറ്റില്ല. നിനക്ക് കാണാൻ വേണ്ടി കൊണ്ടുവന്നതാണ്."

ചില്ലുപഴം തിരിച്ചും മറിച്ചും നോക്കിയിട്ട് ഷുക്കൂർ പറഞ്ഞു.

"ഇത് വെറും ചില്ലുപഴമാണെന്ന് തോന്നുന്നില്ല. വിലപിടിച്ച എന്തോ വസ്തുവാണ്. അലാവുദ്ദീനേ, നമുക്ക് ഒരു കാര്യം ചെയ്യാം. അങ്ങാടി യിൽ ഒരു വ്യാപാരിയുണ്ട്. അയാളുടെ അടുത്ത് പോയാൽ ചില്ലുപഴ മാണോ മറ്റെന്തെങ്കിലും വസ്തുവാണോ എന്ന് അയാൾ പറഞ്ഞുതരും."

അതിനെപ്പറ്റി അറിഞ്ഞിരിക്കുന്നത് നല്ലതാണെന്ന് അലാവുദ്ദീന് തോന്നി.

വില കിട്ടുന്ന വസ്തുവാണെങ്കിൽ വിറ്റ് പണമാക്കാം.

അവർ അങ്ങാടിയിൽ വ്യാപാരിയുടെ അടുത്തുചെന്നു.

ചില്ലുപഴം വാങ്ങി വിശദമായി പരിശോധിച്ച ശേഷം വ്യാപാരി ചോദിച്ചു.

"ഇത് വിൽക്കാൻ വേണ്ടിയാണോ കൊണ്ടുവന്നത്?"

"അതേ. വില കിട്ടിയാൽ കൊടുക്കാമെന്നാണ് ഞങ്ങളുടെ ഉദ്ദേശ്യം."

ഷുക്കൂർ പറഞ്ഞു.

"ഇതിന്റെ ശരിയായ വില എനിക്ക് പറയാൻ കഴിയില്ല. എന്റെ സുഹൃത്തായ ഒരു രത്നവ്യാപാരിയുണ്ട്. ഒരുപക്ഷേ അദ്ദേഹത്തിന് പറയാൻ കഴിഞ്ഞേക്കും. ഞാൻ അറിഞ്ഞിട്ട് വരാം. അതുവരെ ഇവിടെ ഇരുന്നോളൂ."

വ്യാപാരി ചില്ലുപഴവുമായി പുറത്തേക്ക് പോയി.

ഏറെ സമയമായിട്ടും വ്യാപാരി തിരിച്ചുവന്നില്ല.

വ്യാപാരി തങ്ങളെ കബളിപ്പിച്ച് കടന്നുകളഞ്ഞതായിരിക്കുമോ എന്നായിരുന്നു അവരുടെ സംശയം.

കുറച്ചുസമയം കഴിഞ്ഞപ്പോൾ രണ്ട് രാജഭടന്മാർ കടയിൽ കയറി വന്നു.

"നിങ്ങളാണോ രത്നവ്യാപാരം നടത്താൻ വന്ന ചെറുപ്പക്കാർ?"

അവർ ചോദിച്ചു.

"രത്നവ്യാപാരം നടത്താൻ വന്നവരൊന്നുമല്ല ഞങ്ങൾ. ഒരു ചില്ലുപഴത്തിന്റെ വിവരങ്ങൾ അറിയാനാണ് വ്യാപാരിയുടെ അടുത്ത് വന്നത്. അയാൾ പോയിട്ട് കുറച്ചുനേരമായി."

"അയാൾ ഇപ്പോഴൊന്നും വരില്ല. അതുകൊണ്ട് നിങ്ങളെ അയാളുടെ അടുത്തേക്ക് കൂട്ടിക്കൊണ്ടുപോകാൻ വന്നതാണ് ഞങ്ങൾ."

"അയാൾ എവിടെ?"

"ബാദുഷായുടെ ദർബാറിൽ. ഉം, നടന്നോളൂ. ബാദുഷായുടെ കല്പനയാണ് നിങ്ങളെ ദർബാറിൽ എത്തിക്കണമെന്ന്."

അലാവുദ്ദീനും ഷുക്കൂറിനും ഒന്നും മനസ്സിലായില്ല. ബാദുഷാ ദർബാറിലേക്ക് വിളിപ്പിക്കാൻ തങ്ങൾ തെറ്റുകളൊന്നും ചെയ്തിട്ടില്ലല്ലോ.

അവർ രാജഭടന്മാരോടൊപ്പം ബാദുഷയുടെ ദർബാറിലെത്തി.

രത്നവ്യാപാരിയും വേറെ ഒരാളും അവിടെ ഉണ്ടായിരുന്നു.

ദർബാറിലെ ഇരിപ്പിടങ്ങളിൽ രാജപ്രമുഖർ ഇരിക്കുന്നുണ്ടായിരുന്നു.

"എന്താണ് ഈ യുവാക്കളുടെ പേരിലുള്ള കുറ്റം?"

ബാദുഷ ചോദിച്ചു

"പ്രഭോ അതിനുമുമ്പ് ഈ രത്നക്കല്ല് പരിശോധിക്കണമെന്ന് അപേക്ഷിക്കുന്നു."

രാജപ്രമുഖരിൽ ഒരാൾ പറഞ്ഞു.

ബാദുഷ ചില്ലുപഴം കൈയിൽ വാങ്ങി പരിശോധിച്ചു.

"ഇത് രത്നക്കല്ല് തന്നെയാണോ?"

ബാദുഷ ചോദിച്ചു.

"അതേ പ്രഭോ. ഇതിന്റെ മഹത്വം ഈ വ്യാപാരികൾ പറയും."

രാജപ്രമുഖൻ പറഞ്ഞു.

വ്യാപാരിയുടെ കൂടെയുണ്ടായിരുന്ന ആൾ പറയാൻ തുടങ്ങി.

"പ്രഭോ, കുറേ വർഷങ്ങളായി അങ്ങാടിയിൽ രത്നവ്യാപാരം നടത്തുന്ന ഒരാളാണ് ഞാൻ. ദേശത്തിന്റെ നാനാഭാഗത്തുനിന്നുള്ള രത്നങ്ങൾ എന്റെ അടുത്ത് വില്പനയ്ക്കായി എത്താറുണ്ട്. പക്ഷേ ഇതുപോലെ ഒരു രത്നക്കല്ല് എനിക്ക് ഇതുവരെ കാണാൻ കഴിഞ്ഞിട്ടില്ല. ഇത് അത്യപൂർവ്വമായതും വിലമതിക്കാനാവാത്തതുമായ ഒരു രത്നക്കല്ലാണ്. ഈ രത്നക്കല്ലിന് ഒരുപാട് പ്രത്യേകതകളുണ്ട് പ്രഭോ. ശരീരത്തിൽ ആഭരണമായി ധരിച്ചാൽ മനസ്സിന് ശാന്തിയും ശരീരത്തിന് കുളിർമ്മയും ഉണ്ടാവും."

"ശരിയാണ് വ്യാപാരി താങ്കൾ പറഞ്ഞത്. ഇതുപോലെ ഉള്ളംകൈയിൽ വെക്കുമ്പോൾ തന്നെ ഈ രത്നത്തിന്റെ മഹത്വം നമുക്ക് അനുഭവപ്പെടുന്നുണ്ട്. ഈ യുവാക്കൾ ആരാണ്?"

ബാദുഷ ചോദിച്ചു.

"ഞാൻ ഷുക്കൂർ എന്ന സാധാരണക്കാരനാണ് പ്രഭോ. ഇത് എന്റെ സുഹൃത്ത് അലാവുദ്ദീൻ. ഇവൻ എനിക്ക് സമ്മാനമായി തന്നതാണ് ഈ ചില്ലുപഴം."

ഷുക്കൂർ പറഞ്ഞു.

"ചില്ലുപഴമോ!"

"അതേ പ്രഭോ. ഞങ്ങൾക്ക് ഇത് ചില്ലുപഴമാണ്. വിലപിടിച്ച രത്നമാണെന്നൊന്നും ഞങ്ങൾക്ക് അറിയില്ലായിരുന്നു."

"ഇതെങ്ങനെയാണ് നിങ്ങളുടെ കൈയിൽ എത്തിയത്?"

ബാദുഷ ചോദിച്ചു.

ബാഗ്ദാദിൽ നിന്ന് വന്ന എളേപ്പയുടെ കൂടെ പോയതും മാന്ത്രികവിദ്യകൊണ്ട് ഭൂമി പിളർത്തി ഗുഹയിലേക്ക് ഇറങ്ങിയതും ചതിയനായ

എളേപ്പ ഗുഹയ്ക്കകത്ത് അടച്ചിട്ട് കടന്നുകളഞ്ഞതുമെല്ലാം അലാവുദ്ദീൻ പറഞ്ഞു. പക്ഷേ, കൈവിരലിലെ മോതിരത്തെപ്പറ്റിയോ ഗുഹയിൽ നിന്ന് കിട്ടിയ വിളക്കിനെപ്പറ്റിയോ അവൻ പറഞ്ഞില്ല. മരച്ചില്ലകളിൽ തൂങ്ങിയാടുന്ന പഴങ്ങളിൽ നിന്ന് കൗതുകത്തിന് വേണ്ടി ഒന്നു മാത്രമേ പറിച്ചെടുത്തിട്ടുള്ളൂ എന്നും പറഞ്ഞു.

"അലാവുദ്ദീൻ ഗുഹയിൽ നിന്ന് പിന്നെ താങ്കൾ എങ്ങനെ രക്ഷപ്പെട്ടു?"

"ഉമ്മയുടെ പ്രാർത്ഥനകൊണ്ട് ഏതോ ശക്തി വന്ന് എന്നെ വീട്ടിലെത്തിച്ചു."

അലാവുദ്ദീൻ പറഞ്ഞു.

"ങും. ശരി. ഈ യുവാക്കൾ നിഷ്കളങ്കരാണ്. അതുകൊണ്ട് നിരപരാധികളായ ഇവരെ വെറുതെ വിടുന്നു. ഇവരുടെ പക്കൽ നിന്ന് കണ്ടെടുത്ത രത്നക്കല്ല് ഖജനാവിലേക്ക് മുതൽക്കൂട്ടാൻ ഉത്തരവിടുന്നു."

ബാദുഷ കല്പിച്ചു.

## ഒൻപത്

ദർബാറിൽ നിന്ന് പുറത്തിറങ്ങിയ അലാവുദ്ദീനും ഷുക്കൂറും തിരിച്ചു നടന്നത് അന്തഃപുരത്തിനു മുമ്പിലെ നടപ്പാതയിൽ കൂടെയായിരുന്നു.

"ഷുക്കൂറേ, ഈ മതിൽക്കെട്ടിനപ്പുറം അന്തഃപുരമാണ്. ബാദുഷാ കുമാരിയുണ്ടാവും അവിടെ. എനിക്ക് കുമാരിയെ ഒരിക്കൽകൂടി കാണണം."

അലാവുദ്ദീൻ പറഞ്ഞു.

"അലാവുദ്ദീനേ ഇത് തമാശ പറയേണ്ട കാര്യമല്ല. പിടിക്കപ്പെട്ടാൽ തല കാണില്ല."

ഷുക്കൂർ പറഞ്ഞു.

"പേടിക്കൊടലൻ. സത്യം പറ, നിനക്ക് ആഗ്രഹമില്ലേ ബാദുഷാ കുമാരിയെ കാണണമെന്ന്?"

"നടക്കാത്ത കാര്യം ആഗ്രഹിച്ചിട്ടെന്താ അലാവുദ്ദീനേ."

"ശ്രമിച്ചാൽ നടക്കാത്തതായി എന്താടാ ഈ ലോകത്തുള്ളത്? അതുകൊണ്ട് ഞാൻ ശ്രമിച്ചുനോക്കാൻ പോവുകയാണ്. ആദ്യം ഈ കൂറ്റൻ മതിലിനപ്പുറം കടക്കാനുള്ള വഴി കണ്ടുപിടിക്കണം."

"അലാവുദ്ദീനെ ഇത് തീക്കളിയാണ്."

ഷുക്കൂർ പറഞ്ഞു.

"ഞാൻ തിരിച്ചുവന്നിട്ട് എല്ലാം വിശദമായി പറഞ്ഞുതരാം."

അലാവുദ്ദീൻ പറഞ്ഞു.

പടിവാതിൽക്കലുള്ള കാവൽക്കാരുടെ കണ്ണുവെട്ടിച്ച് അലാവുദ്ദീന് അകത്തു കടക്കാൻ കഴിയില്ലെന്ന് ഷുക്കൂറിന് അറിയാമായിരുന്നു.

ഷുക്കൂർ പിന്നെ അവിടെ നിന്നില്ല.

കൊട്ടാരം ജോലിക്കാരായ ആണുങ്ങൾക്കു പോലും പ്രവേശനമില്ലാത്ത സ്ഥലമാണ് അന്തഃപുരം. കൊട്ടാരത്തിനുചുറ്റും രണ്ടാൾപൊക്കത്തിൽ മതിൽക്കെട്ടുണ്ടായിരുന്നു. അതിന്റെ കൂറ്റൻ പ്രവേശനകവാടത്തിനു മുമ്പിൽ കരുത്തന്മാരായ രണ്ടു കാവൽക്കാർ തേച്ചുമിനുക്കി മൂർച്ച വരുത്തിയ കുന്തവും പിടിച്ച് നിൽക്കുന്നുണ്ടായിരുന്നു. അവരുടെ ഗൗരവമുള്ള മുഖവും കൊമ്പൻ മീശയും ഭയപ്പെടുത്തുന്നതായിരുന്നു.

ഇവരുടെ കണ്ണുവെട്ടിച്ചുകൊണ്ട് എങ്ങനെയാണ് അകത്തുകടക്കുക?

അലാവുദ്ദീൻ ആലോചിച്ചു.

അപ്പോഴാണ് മോതിരത്തിന്റെ അടിമയായ കുട്ടിഭൂതത്തെപ്പറ്റി ഓർത്തത്. ഇത്പോലെയുള്ള ഘട്ടങ്ങളിൽ കുട്ടിഭൂതത്തിന് സഹായിക്കാൻ കഴിയും.

അലാവുദ്ദീൻ മോതിരത്തിൽ ഉരസി.

നിമിഷങ്ങൾകൊണ്ട് കുട്ടിഭൂതം മുന്നിൽ പ്രത്യക്ഷപ്പെട്ടു.

"എന്ത് വേണം യജമാനൻ? കൽപ്പിച്ചാലും."

കുട്ടിഭൂതം പറഞ്ഞു.

"എന്നെ അന്തഃപുരത്തിൽ ബാദുഷാകുമാരിയുടെ മുമ്പിൽ എത്തിക്കണം."

"കണ്ണടച്ചോളൂ യജമാനൻ."

കുട്ടിഭൂതം പറഞ്ഞു.

അലാവുദ്ദീൻ കണ്ണടച്ചു.

നിമിഷങ്ങൾകൊണ്ട് മൂക്കിനകത്തേക്ക് ഹൃദ്യമായ സുഗന്ധം അടിച്ചു കയറാൻ തുടങ്ങി. ഇളം തണുപ്പ് ശരീരത്തിൽ അനുഭവപ്പെടാൻ തുടങ്ങി.

"കണ്ണ് തുറന്നോളൂ യജമാനൻ."

കുട്ടിഭൂതം പറഞ്ഞു.

കണ്ണ് തുറന്നപ്പോൾ അലാവുദ്ദീൻ അത്ഭുതപ്പെട്ടുപോയി. ബാദുഷാകുമാരിയുടെ കിടപ്പുമുറിയിലായിരുന്നു അവൻ അപ്പോൾ. മുറിക്കകത്തെ സുഗന്ധമായിരുന്നു മൂക്കിലേക്ക് അടിച്ചുകയറിയത്. അതിനകത്തെ ഹൃദ്യമായ തണുപ്പായിരുന്നു ശരീരത്തിന് അനുഭവപ്പെട്ടത്.

മോതിരത്തിൽ വീണ്ടും ഉരസിയപ്പോൾ കുട്ടിഭൂതം അപ്രത്യക്ഷമായി.

ഭംഗിയുള്ള വസ്തുക്കൾ കൊണ്ട് അലങ്കരിച്ചിട്ടുണ്ടായിരുന്നു ബാദുഷാകുമാരിയുടെ കിടപ്പുമുറി.

ബാദുഷാകുമാരി അപ്പോൾ പതുപതുത്ത മെത്തയിൽ മയങ്ങുകയായിരുന്നു.

അല്പനേരം കഴിഞ്ഞപ്പോൾ ബാദുഷാകുമാരി മയക്കം വിട്ട് കണ്ണ് തുറന്നു. തന്നെ നോക്കിനിൽക്കുന്ന അലാവുദ്ദീനെ കണ്ടപ്പോൾ കുമാരിക്ക് ഭയത്തേക്കാളേറെ അത്ഭുതമാണ് തോന്നിയത്. അത്തരത്തിൽ ഒരു ചെറുപ്പക്കാരനെ അവൾ ആദ്യമായിട്ട് കാണുകയായിരുന്നു.

"താങ്കൾ ആരാണ്?"

ബാദുഷാ കുമാരി ചോദിച്ചു.

"ഞാൻ അലാവുദ്ദീൻ."

അലാവുദ്ദീൻ പറഞ്ഞു.

അന്യദേശത്തുള്ള ഏതോ രാജകുമാരൻ വേഷം മാറി വന്നുനിൽക്കുകയാണെന്നായിരുന്നു ബാദുഷാ കുമാരി വിചാരിച്ചത്. തന്നെ കബളിപ്പിക്കാൻ വേണ്ടിയായിരിക്കും സാധാരണക്കാരന്റെ വേഷം.

"താങ്കൾ ഏത് ദേശത്തെ രാജകുമാരനാണ്?"

ബാദുഷാകുമാരി ചോദിച്ചു.

"ഞാൻ രാജകുമാരനല്ല കുമാരി. ഒരു സാധാരണക്കാരനാണ്."

അലാവുദ്ദീൻ പറഞ്ഞു.

"താങ്കൾ എങ്ങനെ ഈ അന്തഃപുരത്തിൽ കടന്നു?"

ബാദുഷാകുമാരി ചോദിച്ചു.

"ക്ഷമിക്കണം കുമാരി. അത് പറയാൻ എനിക്ക് കഴിയില്ല. കുമാരിയെ കാണാനുള്ള അടങ്ങാത്ത ആഗ്രഹമാണ് എന്നെ ഇവിടെ എത്തിച്ചത്."

"താങ്കൾ രാജകുമാരനല്ലെന്ന് വിശ്വസിക്കാൻ എനിക്ക് കഴിയുന്നില്ല."

ഒരു രാജകുമാരന് വേണ്ട പ്രൗഢിയും ശരീരസൗന്ദര്യവും ഉണ്ടായിരുന്നു അലാവുദ്ദീന്.

"രാജകുമാരിയുടെ കണ്ണുകൾ കൊണ്ട് നോക്കുമ്പോൾ ഞാൻ രാജകുമാരൻ. എന്റെ കൂട്ടുകാരൻ ഷുക്കൂറിന്റെ കണ്ണുകളിൽ ഞാൻ വിഡ്ഢിയായ ഒരു യുവാവ്."

അലാവുദ്ദീൻ പറഞ്ഞു.

"അന്തഃപുരം പുരുഷന്മാർക്ക് പ്രവേശനമില്ലാത്ത സ്ഥലമാണെന്ന് അറിയില്ലേ?"

"അറിയാം."

“പിടിക്കപ്പെട്ടാൽ എന്താണ് ശിക്ഷ എന്ന് അറിയാമോ?”

“അതും അറിയാം. ചിലപ്പോൾ കൽത്തുറുങ്ക്. അല്ലെങ്കിൽ മരണം.”

“എല്ലാം അറിഞ്ഞിട്ടും എത്ര ധൈര്യത്തോടെയാണ് താങ്കൾ എന്റെ കിടപ്പുമുറിയിലേക്ക് വന്നത്?”

“വന്നത് ആരുടേയും ദൃഷ്ടിയിൽ പെടാതെയാണ്.”

“എനിക്ക് വിശ്വസിക്കാൻ കഴിയുന്നില്ല.”

“ഞാൻ പറയുന്നത് സത്യം തന്നെ കുമാരി. ഈ സൗന്ദര്യം പ്രജകളാരും കാണരുതെന്ന് ബാദുഷയ്ക്ക് എന്താണിത്ര നിർബന്ധം? സ്നാനഗൃഹത്തിലേക്കുള്ള ആ യാത്ര വിരസമല്ലേ?”

“വിജനമായ പാതയിലൂടെയുള്ള യാത്ര എനിക്ക് എത്ര വെറുപ്പുണ്ടാക്കുന്നുണ്ടെന്നോ! എനിക്ക് എന്റെ ദേശം കാണണമെന്നുണ്ട്!”

“അതിന് ഞാൻ സഹായിക്കാം കുമാരി. ഒരിക്കൽ ഇതുപോലെ ഞാൻ വരാം. കൂടെ വരണം.”

“വരാം. കൂട്ടിലടച്ചിട്ട തത്തയെപ്പോലെയാണ് എന്നെ വളർത്തുന്നത്.”

“കുമാരിയുടെ എല്ലാ ആഗ്രഹങ്ങളും ഞാൻ സാധിപ്പിച്ചുതരും.”

“അലാവുദ്ദീന് എന്നെ ഇഷ്ടമാണോ?”

“ഇഷ്ടമായതുകൊണ്ടല്ലേ വീണ്ടും കാണണമെന്ന് തോന്നിയത്!”

“പക്ഷേ അലാവുദ്ദീൻ ഒരു സാധാരണക്കാരനല്ലേ! ബാദുഷ താങ്കളെ അംഗീകരിക്കുമോ?”

ബാദുഷാകുമാരി ചോദിച്ചു.

“എന്നാലും ഞാൻ രാജകുമാരനല്ലേ! രാജ്യമില്ലാത്ത രാജകുമാരൻ!”

അലാവുദ്ദീൻ പറഞ്ഞു.

## പത്ത്

**അ**ലാവുദ്ദീൻ അന്തഃപുരത്തിനകത്തേക്ക് കടക്കാനുള്ള വാതിലും അന്വേഷിച്ചു നടക്കുകയാണെന്ന് ഷുക്കൂർ വന്ന് പറഞ്ഞപ്പോൾ അലാവുദ്ദീന്റെ ഉമ്മ പേടിച്ചു.

അന്തഃപുരത്തിന്റെ പ്രവേശനകവാടത്തിൽ മൂർച്ചയുള്ള ആയുധങ്ങളുമായി ശക്തരായ കാവൽക്കാരുണ്ടാകും. അവരുടെ കണ്ണിൽപെടാതെ ഒരു ഈച്ചയ്ക്കുപോലും അകത്തേക്ക് കടക്കാനാവില്ല.

പെട്ടെന്നാണ് പുറത്തുനിന്നും അലാവുദ്ദീന്റെ ‘ഉമ്മാ’ എന്നുള്ള വിളി കേട്ടത്.

അവർ പുറത്തേക്ക് ചെന്നപ്പോൾ ചിരിച്ചുകൊണ്ട് മുന്നിൽ നിൽക്കുന്നു അലാവുദ്ദീൻ. അവന് ഒരാപത്തും സംഭവിച്ചിട്ടില്ലെന്ന് അറിഞ്ഞപ്പോൾ അവർക്ക് ആശ്വാസമായി. മതിൽക്കെട്ടിനകത്ത് കടക്കാൻ കഴിയാത്തതു കൊണ്ട്അവൻ തിരിച്ചുപോന്നതായിരിക്കുമെന്ന് അവർ കരുതി. അവർ ദൈവത്തെ സ്തുതിച്ചു.

"ഉമ്മാ, എനിക്ക് വിശക്കുന്നു."

അലാവുദ്ദീൻ പറഞ്ഞു.

ഉമ്മ അവന് ഭക്ഷണം കൊടുത്തു.

ഭക്ഷണം കഴിക്കുന്നതിനിടയിൽ അലാവുദ്ദീന്റെ ഉമ്മ അവനെ ശ്രദ്ധിച്ചു.

അന്തഃപുരത്തിനകത്ത് കയറാൻ കഴിയാത്തതിന്റെ വിഷമമൊന്നും അവന്റെ മുഖത്ത് കാണാനുണ്ടായിരുന്നില്ല. പകരം പതിവിലധികം സന്തോഷമുണ്ടായിരുന്നു.

ഇനിയും തന്റെ മകന് ബുദ്ധിമോശമൊന്നും തോന്നരുതേ എന്ന് അവർ പ്രാർത്ഥിച്ചു.

"എന്റെ അലാവുദ്ദീനേ, നീ എന്തിനാണ് ഓരോ മണ്ടത്തരങ്ങൾ ചെയ്ത് ഉമ്മാനെ വിഷമിപ്പിക്കുന്നത്? ഷുക്കൂറ് ഇവിടെ വന്ന് എല്ലാ വിവര ങ്ങളും പറഞ്ഞു. ആ സമയം മുതല് ഉമ്മ വിഷമിച്ചിരിക്കുകയാണ്!"

"ഷുക്കൂറ് പേടിക്കൊടലനാണ് ഉമ്മാ. അവൻ പറയുന്നതൊന്നും വിശ്വസിക്കരുത്."

"ഇപ്പോഴെങ്കിലും എന്റെ മോന് മനസ്സിലായല്ലോ കൊട്ടാരത്തിനകത്ത് കയറി ബാദുഷാകുമാരിയെ കാണാൻ കഴിയില്ലാന്ന്. എന്റെ മോൻ ഒരു ആപത്തും കൂടാതെ തിരിച്ചെത്തിയത് ഉമ്മാന്റെ പ്രാർത്ഥന കൊണ്ടാണ്. നിന്നെ ബാദുഷായുടെ പട്ടാളം പിടിച്ചാല് എനിക്ക് പിന്നെ ആരാ മോനേ?"

അലാവുദ്ദീന്റെ ഉമ്മ വിതുമ്പലോടെ ചോദിച്ചു.

"ഉമ്മാ, ഞാൻ അന്തഃപുരത്തിനകത്ത് കയറി ബാദുഷാകുമാരിയെ കണ്ടു."

അലാവുദ്ദീൻ പറഞ്ഞു.

പക്ഷേ അലാവുദ്ദീൻ പറഞ്ഞത് അവന്റെ ഉമ്മ വിശ്വസിച്ചില്ല.

"ഈ അലാവുദ്ദീൻ ആരാണെന്നാണ് ഉമ്മ വിചാരിച്ചത്? ആ പഴയ അലാവുദ്ദീനല്ല. വിചാരിച്ചതൊക്കെ നടത്താൻ കഴിവുള്ള പുതിയ അലാവുദ്ദീനാണ്."

അലാവുദ്ദീൻ നടന്ന കാര്യങ്ങളെല്ലാം അവന്റെ ഉമ്മയോട് പറഞ്ഞു.

അത് കേട്ട് അവർ അത്ഭുതപ്പെട്ടു.

"കണ്ട ഭൂതത്തിന്റേയും ചെകുത്താന്റേയും കൂടെ പോയി ഓരോ

വിഡ്ഢിത്തങ്ങള് ചെയ്യല്ലേ അലാവുദ്ദീനേ. ഏതെങ്കിലും അപകടത്തില് ചെന്ന് ചാടിയാല് ഇവരൊന്നും ഉണ്ടാവൂല നിന്നെ രക്ഷിക്കാൻ.”

“ഒരാപത്തും ഉണ്ടാവൂല ഉമ്മാ. ബാദുഷാകുമാരിക്ക് എന്നെ ഇഷ്ടമാണ്. ഞാൻ ബാദുഷാകുമാരിയെ കല്യാണം കഴിക്കും.”

അത് കേട്ടപ്പോൾ അലാവുദ്ദീന്റെ ഉമ്മ ഞെട്ടി.

“നിനക്കെന്താ അലാവുദ്ദീനേ ഭ്രാന്ത് പിടിച്ചോ! നമ്മൾ ആരാണെന്നാണ് നിന്റെ വിചാരം? ബാദുഷാന്റെ കൊട്ടാരത്തിലെ വേലക്കാരാവാൻ യോഗ്യതയില്ലാത്തവർ. ബാദുഷാകുമാരി നിന്നെ ഇഷ്ടമാണെന്ന് പറഞ്ഞിട്ടുണ്ടെങ്കിൽ അതിന്റെ തലയ്ക്കും വട്ടുപിടിച്ചിട്ടുണ്ടാവും.”

“ഉമ്മ വിചാരിക്കുന്നതുപോലെ എനിക്കും ബാദുഷാകുമാരിക്കും ഒരു തകരാറുമില്ല. ഉമ്മ പറയാറുള്ളതുപോലെ സുബർക്കത്തിലെ ഹൂറിയാണ് ബാദുഷാകുമാരി. വർഷത്തിൽ ഒരിക്കൽ മാത്രമേ കുമാരിക്ക് പുറത്തിറങ്ങാൻ അനുവാദമുള്ളൂ. ബാദുഷാകുമാരിയെ ആ തടവറയിൽ നിന്ന് എങ്ങനെയെങ്കിലും ഞാൻ രക്ഷപ്പെടുത്തും ഉമ്മാ.”

പക്ഷേ, മകൻ പറയുന്നതുപോലെ ബാദുഷാകുമാരിയെ വിവാഹം ചെയ്യുക എളുപ്പമല്ല. ഈ ബന്ധത്തെപ്പറ്റി ബാദുഷ അറിഞ്ഞാൽ ആദ്യം പിടിച്ച് തടവിലിടുന്നത് തന്റെ മകനെയായിരിക്കും.

അതുകൊണ്ട് വിവാഹക്കാര്യത്തിൽ അലാവുദ്ദീനെ നിരുത്സാഹപ്പെടുത്തുകയാണ് വേണ്ടത്.

“ബാദുഷാകുമാരി എന്നെ വിളിച്ചത് എന്താണെന്ന് അറിയാമോ ഉമ്മയ്ക്ക്? രാജകുമാരൻ. എനിക്ക് എന്താ ഉമ്മാ ഒരു കുറവ്? സൗന്ദര്യമില്ലേ? ആരോഗ്യമില്ലേ? ചെറുപ്പമല്ലേ ഞാൻ?”

അലാവുദ്ദീൻ ചോദിച്ചു.

“ഒരു രാജകുമാരന്റെ മൊഞ്ചും പത്രാസും ഒക്കെ എന്റെ മകനുണ്ട്. പക്ഷേ, പണം ഉണ്ടോ? സമ്പത്തുണ്ടോ? ബാദുഷാകുമാരിയെ കല്യാണം ആലോചിക്കാനുള്ള എന്തെങ്കിലും യോഗ്യതയുണ്ടോ നമുക്ക്?”

അലാവുദ്ദീന്റെ ഉമ്മ ചോദിച്ചു.

“പണം ഉണ്ടെങ്കിൽ ഉമ്മ ഈ പറഞ്ഞതൊക്കെ ഉണ്ടാവും. അതുകൊണ്ട് ഞാൻ പണം ഉണ്ടാക്കും. എന്നിട്ട് എല്ലാം നേടിയെടുക്കും.”

അലാവുദ്ദീൻ പറഞ്ഞു.

“അന്നന്നത്തെ ചെലവിന് വകയില്ലാത്തവനാണ് ഈ പറയുന്നത്.”

“ഉമ്മ നോക്കിക്കോ. അടുത്ത ദിവസം തന്നെ പെണ്ണ് ചോദിച്ച് ഉമ്മ ബാദുഷയുടെ മുമ്പിൽ ചെല്ലും!”

“പക്ഷേ, തിരിച്ചുവരാൻ ഉമ്മ ബാക്കിയുണ്ടാവില്ല മോനേ. ഉമ്മാനെ പിടിച്ച് ഒന്നുകിൽ ബാദുഷ തടവിലിടും! അല്ലെങ്കില്...”

പക്ഷേ, അലാവുദ്ദീന് നല്ല വിശ്വാസമുണ്ടായിരുന്നു. ഉമ്മ ബാദുഷായുടെ മുമ്പിൽ ചെല്ലുമെന്നും താൻ ബാദുഷാകുമാരിയെ വിവാഹം ചെയ്യുമെന്നും.

എന്ത് പറഞ്ഞാലാണ് മകന്റെ മനസ്സ് മാറ്റിയെടുക്കാൻ കഴിയുക എന്ന ആലോചനയിലായിരുന്നു അലാവുദ്ദീന്റെ ഉമ്മ.

**ബാ**ദുഷ വിശ്രമത്തിനായി അന്തഃപുരത്തിലേക്ക് എത്തുന്നതിനു മുമ്പേ ബാദുഷാകുമാരി തന്റെ മനസ്സിലുള്ളതെല്ലാം മാതാവായ ജസീറാബീഗത്തോട് പറഞ്ഞിട്ടുണ്ടായിരുന്നു.

രാത്രി വിശ്രമസമയത്താണ് കുമാരിയുടേയും അലാവുദ്ദീന്റെയും ഇഷ്ടത്തെപ്പറ്റി ജസീറാബീഗം ബാദുഷയോട് പറഞ്ഞത്.

ബീഗം പറഞ്ഞത് ശാന്തനായി കേട്ടതല്ലാതെ ബാദുഷ ഒന്നും പറഞ്ഞില്ല. ക്ഷുഭിതനായില്ല. കുമാരി അലാവുദ്ദീനെ കണ്ടുമുട്ടിയത് ഏത് സാഹചര്യത്തിലാണെന്നും ബാദുഷ അന്വേഷിച്ചില്ല. വർഷത്തിൽ ഒരിക്കൽ മാത്രം അന്തഃപുരത്തിൽ നിന്ന് പുറത്തിറങ്ങാറുള്ള കുമാരിക്ക് ആ യാത്രയ്ക്കിടയിൽ ഒരു അന്യപുരുഷനെ കാണാനുള്ള അവസരം ഉണ്ടാവാറില്ല.

“ഏത് ദേശത്തെ കുമാരനാണ് ആ യുവാവ്?”

ബാദുഷ ചോദിച്ചു.

“കുമാരനല്ല, ഒരു സാധാരണക്കാരനാണ്!”

ബീഗം പറഞ്ഞു.

“ഷേബാദേശത്തിന്റെ ബാദുഷായുടെ കുമാരിക്ക് ഒരു സാധാരണക്കാരനോ വരനായിട്ട്? ബീഗം എന്ത് വിഡ്ഢിത്തമാണ് പറയുന്നത്?”

“ആ യുവാവിനെ കണ്ടാൽ രാജകുമാരനെപ്പോലെ സുന്ദരനും ബലവാനുമാണെന്ന് കുമാരി പറയുന്നു.”

ബീഗം പറഞ്ഞു.

“സൗന്ദര്യവും ബലവും ബാദുഷാകുമാരിയെ വിവാഹം ചെയ്യാനുള്ള യോഗ്യതകളല്ലല്ലോ ബീഗം. ഭരണം നടത്താനുള്ള കഴിവുകൂടി വേണ്ടേ? പഠിപ്പും ആയോധനമുറകളും രാജതന്ത്രവും അറിഞ്ഞിരിക്കേണ്ടേ?”

“ആ യുവാവിനെ കുമാരി അത്രമാത്രം ഇഷ്ടപ്പെടുന്നു.”

“ആരാണാ യുവാവ്? നമ്മുടെ കുമാരിയുടെ മനസ്സ് കവരാൻ മാത്രം എന്ത് യോഗ്യതയാണ് അവനുള്ളത്?”

“അലാവുദ്ദീൻ എന്നാണ് അവന്റെ പേര്!”

അലാവുദ്ദീൻ! ആ പേര് കേട്ടപ്പോൾ കഴിഞ്ഞ ദിവസം ദർബാറിൽ കൊണ്ടുവന്ന യുവാക്കളെപ്പറ്റി ബാദുഷ ഓർത്തു. അതിൽ സുന്ദരനും

ആകാരവടിവുമുള്ള ഒരു യുവാവുണ്ടായിരുന്നു. അതേ, അത് തന്നെ അലാവുദ്ദീൻ!

"നമുക്കറിയാം അലാവുദ്ദീനെ, കാഴ്ചയിൽ രാജകുമാരൻ തന്നെ! ആകാരവടിവുണ്ട്! പക്ഷേ, ബീഗം, കുമാരി ഈ അന്തഃപുരത്തിൽ സകല സൗഭാഗ്യങ്ങളും അനുഭവിച്ച് വളർന്നതാണ്. ഒരു സാധാരണക്കാരന്റെ കൂടെയുള്ള ജീവിതത്തെപ്പറ്റി കുമാരി മനസ്സിലാക്കിയിട്ടുണ്ടാവില്ല. അതെന്താണെന്ന് ബീഗം കുമാരിക്ക് പറഞ്ഞ് മനസ്സിലാക്കിക്കൊടുക്കൂ!"

ബാദുഷ പറഞ്ഞു.

"അലാവുദ്ദീന്റെ മാതാവ് ആചാരപ്രകാരം പെണ്ണ് ചോദിക്കാൻ വന്നാൽ?"

"ബീഗം എന്ത് വിഡ്ഢിത്തമാണ് ചോദിക്കുന്നത്? ബാദുഷായുടെ മുന്നിൽ പെണ്ണന്വേഷിച്ചുവരാൻ വെറും ആചാരം മാത്രം മതിയോ? മര്യാദകളും ഏറെയില്ലേ? നിശ്ചയിക്കപ്പെട്ട തരത്തിലുള്ള കാഴ്ചകളും അലങ്കാരങ്ങളുമായിട്ട് വരാൻ സാധാരണക്കാരിയായ അവർക്ക് കഴിയുമോ?"

ബാദുഷയുടെ ചോദ്യത്തിനുമുമ്പിൽ ബീഗം നിശ്ശബ്ദയായി.

## പതിനൊന്ന്

**ബാ**ദുഷയുടെ മകളെ പെണ്ണന്വേഷിച്ചു ചെല്ലുന്നത് മനോഹരമായി അലങ്കരിച്ച പല്ലക്കിലായിരിക്കണം എന്നാണ് നിയമം. പല്ലക്ക് ചുമക്കുന്നത് കരുത്തന്മാരായ നാല് പേരായിരിക്കണം. പല്ലക്കിന് അകമ്പടിക്കാരായി നാൽപത് സുന്ദരികൾ വേണം. അവർ ഒരേ തരക്കാരും പ്രായക്കാരും ആയിരിക്കണം. അവരുടെ കൈകളിലെ വെള്ളിത്താലങ്ങളിൽ സ്വർണ്ണനാണയങ്ങളും വിലപിടിച്ച സുഗന്ധദ്രവ്യങ്ങളും സ്വാദും ഭംഗിയുമുള്ള പഴവർഗ്ഗങ്ങളും ഉണ്ടായിരിക്കണം.

പെണ്ണന്വേഷണത്തിനുള്ള നിബന്ധനകളും ആചാരങ്ങളും അറിഞ്ഞപ്പോൾ അലാവുദ്ദീന്റെ ഉമ്മ പറഞ്ഞു.

"മോനേ, ഇതൊന്നും നമുക്ക് കഴിയുന്ന കാര്യങ്ങളല്ല. അതുകൊണ്ട് എന്റെ മോന് മനസ്സിൽ തോന്നിയ ആഗ്രഹം വേണ്ടെന്നുവെച്ചേക്ക്. ബാദുഷാകുമാരിയെ മോൻ മറന്നുകളയ്."

പക്ഷേ, അലാവുദ്ദീന് ബാദുഷാകുമാരിയെ മറക്കാൻ കഴിയുമായിരുന്നില്ല. ബാദുഷാകുമാരി തനിക്കുള്ളതാണെന്ന് അവൻ തീരുമാനിച്ചിരിക്കുന്നു.

എന്ത് കഷ്ടപ്പാടുകൾ സഹിച്ചാണെങ്കിലും ബാദുഷാകുമാരിയെ സ്വന്തമാക്കും. വിലപിടിച്ച മുത്തുകൾ കൈവശമുണ്ട്. പക്ഷേ അതു കൊണ്ട് തീരുന്നതല്ല പല പ്രശ്നങ്ങളും. പല്ലക്കും കാഴ്ചദ്രവ്യങ്ങളു മെല്ലാം സംഘടിപ്പിക്കാം. നാല് കരുത്തന്മാരേയും നാൽപ്പത് സുന്ദരി കളേയും എങ്ങനെയാണ് കണ്ടെത്തുക?

എന്ത് ആവശ്യപ്പെട്ടാലും സാധിച്ചുതരുന്ന ഒരു സുഹൃത്തുണ്ടല്ലോ തനിക്ക്! കുട്ടിഭൂതം!

കുട്ടിഭൂതത്തെ വരുത്തി എല്ലാം സാധിപ്പിച്ചുതരാൻ പറയുക.

അലാവുദ്ദീൻ തീരുമാനിച്ചു.

വിരലിൽ കിടക്കുന്ന മോതിരത്തിൽ അലാവുദ്ദീൻ ഉരസി.

പതിഞ്ഞ ചിരിയുമായി കുട്ടിഭൂതം അവന്റെ മുന്നിൽ പ്രത്യക്ഷപ്പെട്ടു.

"യജമാനൻ എന്താണ് ചെയ്തുതരേണ്ടത്?"

കുട്ടിഭൂതം ചോദിച്ചു.

"കുട്ടിഭൂതല്ലേ, ബാദുഷാകുമാരിയെ വിവാഹം ചെയ്യാൻ ഞാൻ ആഗ്രഹിക്കുന്നു. അതിന് നിന്റെ സഹായം വേണം."

അലാവുദ്ദീൻ പറഞ്ഞു.

"പറയണം യജമാനനേ."

കുട്ടിഭൂതം പറഞ്ഞു.

ബാദുഷായുടെ മുമ്പിൽ പെണ്ണന്വേഷിച്ചു ചെല്ലാൻ പാലിക്കേണ്ട ആചാരമുറകളെല്ലാം അലാവുദ്ദീൻ കുട്ടിഭൂതത്തോട് പറഞ്ഞു. എല്ലാം കേട്ടുകഴിഞ്ഞ ശേഷം കുട്ടിഭൂതം പറഞ്ഞു.

"ക്ഷമിക്കണം യജമാനൻ. ഈയുള്ളവന്റെ കഴിവുകൾക്കപ്പുറമാണ് ഈ കാര്യങ്ങളെല്ലാം. ഭൂതങ്ങളുടെ തലവനായ മഹാസിർ ഭൂതത്തിനു മാത്രമേ ഇത്തരം കാര്യങ്ങൾ ചെയ്യാൻ കഴിയുകയുള്ളൂ."

"എങ്കിൽ മഹാസിർ ഭൂതത്തെ വിളിക്കൂ."

അലാവുദ്ദീൻ പറഞ്ഞു.

"മഹാസിർ ഭൂതത്തോട് ആജ്ഞാപിക്കേണ്ടവരല്ല ഞങ്ങൾ. തലവന്റെ കല്പനകൾ അനുസരിക്കേണ്ടവരാണ്."

അതുവരെ കുട്ടിഭൂതത്തിലായിരുന്നു അലാവുദ്ദീന്റെ പ്രതീക്ഷ. അത് അസ്ഥാനത്തായി എന്നറിഞ്ഞപ്പോൾ അലാവുദ്ദീൻ നിരാശനായി.

പുറത്തേക്കൊന്നും ഇറങ്ങാതെ അലാവുദ്ദീൻ അകത്ത് തന്നെ കിടക്കാൻ തുടങ്ങി. അവന് ഭക്ഷണത്തിനോട് പോലും ആർത്തിയില്ലാതെ യായി.

മകന്റെ മാറ്റം കണ്ട് അലാവുദ്ദീന്റെ ഉമ്മയും വിഷമിച്ചു.

സ്വപ്നം കാണാൻ പോലും അർഹതയില്ലാത്ത കാര്യമാണ് തന്റെ മകൻ മോഹിച്ചത്. അവൻ ആഗ്രഹിച്ചത് ഒരു സാധാരണ പെൺകുട്ടിയെ യായിരുന്നെങ്കിൽ ഉള്ളതെല്ലാം വിറ്റിട്ടാണെങ്കിലും അവന്റെ ആഗ്രഹം സാധിപ്പിച്ചുകൊടുക്കുമായിരുന്നു.

പഴയപോലെ അലാവുദ്ദീൻ മുറിയിൽ കയറി കിടക്കാൻ തുടങ്ങിയ പ്പോൾ അവർക്ക് ദേഷ്യം വന്നു.

"അലാവുദ്ദീനേ, നീ ഇങ്ങനെ കിടക്കാൻ തുടങ്ങിയാല് എങ്ങനെയാടാ? വിശക്കുന്നു എന്ന് പറയുമ്പോൾ എടുത്തുതരാൻ ഈ വീട്ടിൽ എന്താണു ള്ളത്. നിന്റെ കൈയില് വേറെയും ചില്ലുപഴങ്ങളുണ്ടല്ലോ. ഒന്നുരണ്ടെണ്ണം എടുത്ത് വിൽക്ക്. നല്ല വിലകിട്ടും എന്നല്ലേ പറഞ്ഞത്."

അലാവുദ്ദീന്റെ ഉമ്മ പറഞ്ഞു.

"ഒരു ചില്ലുപഴം മാത്രമേ കൈയിൽ ഉണ്ടായിരുന്നുള്ളൂ എന്നാണ് ദർബാറിൽ വെച്ച് പറഞ്ഞത്. വിൽക്കാൻ വ്യാപാരിയുടെ അടുത്ത് ചെന്നാൽ അയാൾ വിവരം ബാദുഷായുടെ അടുത്ത് എത്തിക്കില്ലേ! ബാദുഷായുടെ ആൾക്കാര് വന്ന് എന്നെ പിടിച്ചുകൊണ്ടു പോകില്ലേ ഉമ്മാ! കള്ളം പറഞ്ഞതിന് എന്നെ തടവറയിലിടില്ലേ!"

അലാവുദ്ദീൻ പറഞ്ഞു.

മകൻ പറഞ്ഞത് ശരിയാണെന്ന് അലാവുദ്ദീന്റെ ഉമ്മയ്ക്ക് തോന്നി.

വേണ്ട, പട്ടിണിയാണെങ്കിലും തടവറയിലേക്കെത്തുന്ന ഒരു കാര്യവും ചെയ്യാൻ അവനെ നിർബന്ധിക്കേണ്ട.

പക്ഷേ, ഒരു നേരത്തെ ആഹാരത്തിനുള്ള വകപോലും വീട്ടിലില്ലല്ലോ! തീരെ വിശപ്പു സഹിക്കാൻ കഴിയാത്തവനാണ് അലാവുദ്ദീൻ.

ഒരു വഴിയും മുമ്പിൽ തെളിഞ്ഞുവരാതെ വിഷമിച്ചിരിക്കുമ്പോഴാണ് അലാവുദ്ദീന്റെ മുറിയിലെ സാധനങ്ങൾക്കിടയിൽ കണ്ട പഴയ വിളക്കിനെ പ്പറ്റി അവർക്ക് ഓർമ്മ വന്നത്.

പഴഞ്ചനാണെങ്കിലും എന്തോ നല്ല ലോഹം കൊണ്ട് ഉണ്ടാക്കിയ വിളക്കാണ്. അതൊന്ന് കഴുകി വൃത്തിയാക്കി പഴയ സാധനങ്ങൾ വില യ്ക്കെടുക്കുന്ന പീടികയിൽ കൊടുത്താൽ എന്തെങ്കിലും വില കിട്ടാതിരി ക്കില്ല.

പൊടിയും കറയും പിടിച്ച് വിളക്കിന്റെ നിറം മങ്ങിപ്പോയിരുന്നു.

അലാവുദ്ദീന്റെ ഉമ്മ വിളക്ക് തുടച്ച് വൃത്തിയാക്കാൻ തുടങ്ങി. പെട്ടെന്ന് തൊട്ടടുത്ത് നിന്ന് ഒരു പൊട്ടിച്ചിരി കേട്ടു. അവർ ഞെട്ടിവിറച്ചുപോയി.

തിരിഞ്ഞുനോക്കിയപ്പോൾ തൊട്ടുമുമ്പിൽ ചിരിച്ചുകൊണ്ട് നിൽക്കുന്നു ഒരു ഭൂതം! അലാവുദ്ദീന്റെ ഉമ്മ ഭൂതത്തെ കണ്ട് ഭയപ്പെട്ട് ഉച്ചത്തിൽ വിളിച്ചു.

"മോനേ, അലാവുദ്ദീനേ!"

അതോടെ അവർ ബോധംകെട്ട് തളർന്നുവീഴുകയും ചെയ്തു.

ഉമ്മയുടെ വിളികേട്ട് പുറത്തേക്ക് വന്ന അലാവുദ്ദീൻ കണ്ടത് ബോധം കെട്ട് നിലത്ത് വീണുകിടക്കുന്ന ഉമ്മയെയാണ്!

"എന്നെ കണ്ടപ്പോൾ ഉമ്മ ബോധം കെട്ട് വീണു."

ഭൂതം പറഞ്ഞു.

അപ്പോഴാണ് അലാവുദ്ദീൻ ഭൂതത്തെ ശ്രദ്ധിച്ചത്. കുട്ടിഭൂതത്തിന്റെ രൂപവും ഭാവവുമുള്ള ഒരു വലിയ ഭൂതം! ഭൂതത്തെ കണ്ടപ്പോൾ അലാവുദ്ദീനും പേടി തോന്നി. ഇതായിരിക്കുമോ കുട്ടിഭൂതം പറഞ്ഞ അവരുടെ തലവൻ മഹാസിർ ഭൂതം?

"നീ ആരാണ്?"

അലാവുദ്ദീൻ ചോദിച്ചു.

"ഞാൻ മഹാസിർ എന്ന ഭൂതമാണ്!"

ഭൂതം പറഞ്ഞു

"നീ എങ്ങനെയാണ് ഇവിടെ വന്നത്?"

"എന്നെ വിളിച്ചു. ഞാൻ വന്നു!"

"ആര് വിളിച്ചു?"

"ഈ കിടക്കുന്ന ഉമ്മ. ആ വിളക്കിൽ ഉരസിയാൽ ഞാൻ ഉടനെ അവിടെ എത്തും. ആ അത്ഭുത വിളക്ക് ആരുടെ പക്കലാണോ ഉള്ളത് അയാളാണ് എന്റെ യജമാനൻ. ഉമ്മയെ ഞാൻ ഉണർത്താം."

"വേണ്ട, നിന്നെ കണ്ട് ഉമ്മ പിന്നെയും ഭയപ്പെടും. അതുകൊണ്ട് നീ എന്റെ മുന്നിൽ നിന്ന് ഉടനെ പോകൂ."

"ഞാൻ എന്താണ് ചെയ്ത് തരേണ്ടത് യജമാനൻ."

"നിനക്ക് എന്തെല്ലാം ചെയ്യാൻ കഴിയും?"

"ഈ ഭൂമിലോകത്തുള്ള എന്ത് ആവശ്യപ്പെട്ടാലും ഞാൻ എത്തിക്കും."

"മഹാസിർ, എനിക്ക് ബാദുഷാ കുമാരിയെ ഇഷ്ടമാണ്."

"അവരെ കൊണ്ടുവരണോ യജമാനൻ? ബാദുഷായുടെ കൊട്ടാരമടക്കം ഇവിടെ എത്തിക്കാം."

"വേണ്ട. ബാദുഷാകുമാരിയെ പെണ്ണന്വേഷിച്ചു പോകണം. അതിന് പല്ലക്ക് വേണം."

"എത്തിക്കാം യജമാനൻ! കിട്ടാവുന്നതിൽ ഏറ്റവും നല്ല പല്ലക്കുതന്നെ എത്തിക്കാം."

പല്ലക്ക് ചുമക്കാൻ നാല് മല്ലന്മാർ. അകമ്പടിക്കാരായി നാല്പത് അപ്സരസ്സുകൾ. അവരുടെ കൈയിലെ വെള്ളിത്താലത്തിൽ കാഴ്ചവസ്തുക്കൾ."

"എത്തിക്കാം യജമാനൻ."

ഭൂതം പറഞ്ഞു.

അലാവുദ്ദീന് സന്തോഷമായി. തന്റെ മോഹങ്ങൾ എല്ലാം മഹാസിർ ഭൂതം സാധിപ്പിച്ചുതരും.

# പന്ത്രണ്ട്

"യജമാനൻ കണ്ണടച്ചു തുറക്കുന്ന നേരം കൊണ്ട് ഈ പറഞ്ഞവയെല്ലാം അങ്ങയുടെ മുമ്പിൽ എത്തിക്കാം."

ഭൂതം പറഞ്ഞു.

"വേണ്ട മഹാസിർ. വിശപ്പുമാറ്റാനുള്ള ഭക്ഷണമാണ് ഇപ്പോൾ വേണ്ടത്. അത് എത്തിച്ചുതരൂ."

അലാവുദ്ദീൻ പറഞ്ഞു.

"അങ്ങനെ ചെയ്യാം യജമാനൻ."

മഹാസിർ ഭൂതം അപ്രത്യക്ഷനായി. നിമിഷങ്ങൾ കൊണ്ട് അതേ പോലെ തിരിച്ചെത്തുകയും ചെയ്തു.

"യജമാനൻ, ഭക്ഷണമേശയടക്കം വിഭവങ്ങളെല്ലാം അങ്ങയുടെ തീൻമുറിയിൽ ഒരുക്കിവെച്ചിരിക്കുന്നു."

അലാവുദ്ദീൻ അത്ഭുതപ്പെട്ടുപോയി.

"മനോഹരമായ തീൻ മേശ. അതിൽ നിറയെ വിഭവങ്ങൾ. കാഴ്ചയ്ക്ക് മനോഹരവും സ്വാദിഷ്ടവുമായ പഴങ്ങൾ."

"ഇനി എന്തുവേണം യജമാനൻ?"

ഭൂതം ചോദിച്ചു.

"തൽക്കാലം ഒന്നും വേണ്ട മഹാസിർ. ഇനി ആവശ്യമുണ്ടാവുമ്പോൾ വിളിക്കാം."

അലാവുദ്ദീൻ വിളക്കെടുത്ത് അതിൽ തടവി. മഹാസിർ ഭൂതത്തിന്റെ രൂപം അന്തരീക്ഷത്തിൽ നിന്ന് ഒരു നിമിഷം കൊണ്ട് മാഞ്ഞുപോയി.

ഭൂതം പോയപ്പോൾ അലാവുദ്ദീൻ ഉമ്മയെ വിളിച്ചു.

"ഉമ്മാ...! ഉമ്മാ...!!"

അവർ ഞെട്ടി എഴുന്നേറ്റ് ഭയത്തോടെ ചുറ്റും നോക്കാൻ തുടങ്ങി.

"മോനേ അലാവുദ്ദീനേ, എവടെ ആ പിശാച്? അത് പോയോ? ആ പിശാചിനെ കണ്ട് ഞാൻ പേടിച്ചുപോയി."

അലാവുദ്ദീന്റെ ഉമ്മ പറഞ്ഞു.

"തോന്നിയതാണ് ഉമ്മാ! ഇവിടെ ഒരു പിശാചും വന്നില്ല."

"ഞാൻ കണ്ടതല്ലേ മോനേ. എനിക്ക് നല്ല ഓർമ്മയുണ്ട്. എന്ത് പേടിപ്പെടുത്തുന്ന രൂപം. അതെവിടെപ്പോയി?"

അങ്ങനെ ഒരു രൂപം അവിടെ ഉണ്ടായിരുന്നില്ലെന്നും ഉമ്മയുടെ തോന്നലാണെന്നും അലാവുദ്ദീൻ പറഞ്ഞു.

ഭക്ഷണത്തിന്റെ കൊതിയൂറുന്ന മണം മൂക്കിലേക്ക് അടിച്ചുകയറിയപ്പോൾ അലാവുദ്ദീന്റെ ഉമ്മ ചുറ്റും നോക്കി. തീൻമേശയിൽ നിരത്തി വെച്ചിരിക്കുന്ന വിഭവങ്ങൾ കണ്ട് അവർ അത്ഭുതപ്പെട്ടു.

“ഉമ്മാ, ഇത് നമ്മൾക്ക് കഴിക്കാനുള്ളതാണ്.”

അലാവുദ്ദീൻ പറഞ്ഞു.

ഉമ്മ അവയിൽ നിന്ന് ചിലതെടുത്ത് രുചിച്ചുനോക്കിയിട്ടു പറഞ്ഞു.

“എന്ത് രുചി! ഞാൻ ഇത് വരെ ഇത്രയും രുചിയുള്ള ഭക്ഷണം കഴിച്ചിട്ടില്ല. ആരാണ് മോനേ ഇത് കൊണ്ടു വന്നത്?”

“ഉമ്മ ഒരു ഭൂതത്തെ കണ്ടു എന്ന് പറഞ്ഞില്ലേ?”

അലാവുദ്ദീൻ ചോദിച്ചു.

“കണ്ടു. സത്യമായിട്ടും കണ്ടുമോനേ! എനിക്ക് തോന്നിയതല്ല.”

“ഉമ്മ കണ്ടത് സത്യം തന്നെയാണ്. ആ ഭൂതമാണ് ഈ ഭക്ഷണ സാധനങ്ങൾ കൊണ്ടുവന്നത്.”

“ഭൂതം കൊണ്ടുവന്ന ഭക്ഷണം നമുക്ക് കഴിക്കാൻ പറ്റുമോ മോനേ?”

“കഴിക്കാം ഉമ്മാ! ഭൂതങ്ങൾ മനുഷ്യരെപ്പോല ചതിയന്മാരല്ല. അവരെ വിശ്വസിക്കാം.”

മാന്ത്രികവിളക്കിന്റെ കഥ അലാവുദ്ദീൻ അവന്റെ ഉമ്മയോട് പറഞ്ഞു.

“വെറുതെയല്ല ആ മന്ത്രവാദി ഇത്രയും ദൂരം യാത്രചെയ്ത് ഇവിടെ വന്ന് നിന്റെ എളേപ്പയായതും ചോദിച്ചതെല്ലാം കിട്ടുന്ന വിളക്ക് കൈക്കലാക്കാൻ നോക്കിയതും.”

അലാവുദ്ദീന്റെ ഉമ്മ പറഞ്ഞു.

“ഈ അത്ഭുതവിളക്ക് കൊണ്ട് നമ്മൾ രക്ഷപ്പെടാൻ പോവുകയാണ് ഉമ്മാ. നമുക്ക് വേണ്ടതെല്ലാം ഭൂതം സാധിപ്പിച്ചു തരും. നാളെ കഴിഞ്ഞ് ഉമ്മ ബാദുഷായുടെ മുമ്പിൽ ചെല്ലണം. ബാദുഷാ കുമാരിയെ ഈ മകനു വേണ്ടി ആലോചിക്കണം.”

“കാഴ്ചകളും അലങ്കാരങ്ങളും വേണ്ടേ മോനേ?”

“എല്ലാ ഒരുക്കങ്ങളോടും കൂടിയായിരിക്കും ഉമ്മ പോകുന്നത്.”

അവർ ഭക്ഷണം കഴിക്കാനിരുന്നു.

അടുത്ത ദിവസം തന്നെ അലാവുദ്ദീൻ മഹാസിർ ഭൂതത്തെ വരുത്തി. ഭൂതം അവന്റെ മുമ്പിൽ വന്ന് കല്പനകൾക്കായി കാത്തുനിന്നു.

അലാവുദ്ദീൻ ആവശ്യങ്ങൾ ഓരോന്നായി ഭൂതത്തിനോട് പറഞ്ഞു.

നിമിഷങ്ങൾകൊണ്ട് മല്ലന്മാരും അപ്സരസ്സുകളും കാഴ്ച ദ്രവ്യങ്ങളും അവർക്കുമുമ്പിൽ നിരന്നു. അലാവുദ്ദീന്റെ ഉമ്മയ്ക്ക് ധരിക്കാനുള്ള പട്ടു വസ്ത്രങ്ങളും ആഭരണങ്ങളും കൂട്ടത്തിൽ ഉണ്ടായിരുന്നു.

എല്ലാ സജ്ജീകരണങ്ങളോടും കൂടി അലാവുദ്ദീന്റെ ഉമ്മ ബാദുഷയെ കാണാൻ പുറപ്പെട്ടു.

അലാവുദ്ദീന്റെ ഉമ്മയുടെ പ്രൗഢഗംഭീരമായ വരവുകണ്ട് നഗരവാസികൾ അത്ഭുതപ്പെട്ടു. കാഴ്ച കാണാൻ അവർ പാതയോരങ്ങളിൽ വന്നു നിന്നു.

ഞൊടിയിടകൊണ്ട് ഈ വിവരം ബാദുഷായുടെ ചെവികളിലും എത്തി.

“ഇങ്ങനെ ഒരു ആഘോഷവരവ് ഞാൻ എന്റെ ജീവിതത്തിൽ കണ്ടിട്ടില്ല പ്രഭോ. മനോഹരമായ ആ കാഴ്ച കണ്ണുകളിൽ തിളങ്ങി നിൽക്കുന്നു.”

കൊട്ടാരം പരിചാരകന്റെ വിവരണം കേട്ടപ്പോൾ ബാദുഷയ്ക്കും കൗതുകം തോന്നി.

“ആരാണവർ?”

ബാദുഷ ചോദിച്ചു.

“ഒരു സാധാരണ സ്ത്രീയാണ്. പക്ഷേ ഒരു മഹാറാണിയുടെ പ്രൗഢിയുണ്ട് അവർക്ക്. അവർ ബാദുഷാകുമാരിയെ തന്റെ മകനുവേണ്ടി അന്വേഷിക്കാൻ വരികയാണ് പ്രഭോ.”

കഴിഞ്ഞ രാത്രിയിൽ ബീഗം പറഞ്ഞ കാര്യങ്ങളെല്ലാം ബാദുഷായുടെ മനസ്സിലേക്ക് ഓടിയെത്തി.

“അവരോട് വരാൻ പറയൂ.”

ബാദുഷ പറഞ്ഞു.

പല്ലക്കിൽ നിന്ന് ഇറങ്ങി അലാവുദ്ദീന്റെ ഉമ്മ അപ്സരകന്യകകളുടെ അകമ്പടിയോടെ ബാദുഷായുടെ മുമ്പിലേക്ക് ആനയിക്കപ്പെട്ടു.

“പറയൂ, എന്താണ് ഭവതിയുടെ ആവശ്യം?”

ബാദുഷ ചോദിച്ചു.

“അവിവേകമാണെങ്കിൽ മാപ്പാക്കണം പ്രഭോ. എനിക്ക് ഒരു മകൻ മാത്രമേയുള്ളൂ. അലാവുദ്ദീൻ! എന്റെ മകൻ ബാദുഷാകുമാരിയെ വിവാഹം ചെയ്യാൻ ആഗ്രഹിക്കുന്നു.”

അലാവുദ്ദീന്റെ ഉമ്മ ബഹുമാനത്തോടെ പറഞ്ഞു.

“പക്ഷേ ഒരു സാധാരണ കുടുംബത്തിൽ ജനിച്ച മകനുവേണ്ടിയാണ് ഭവതി ബാദുഷാകുമാരിയെ പെണ്ണന്വേഷിച്ചുവന്നിരിക്കുന്നത്.”

ബാദുഷ പറഞ്ഞു.

“കുമാരി സ്വർഗ്ഗത്തിലെ ഹൂറിപോലെയാണെന്ന് എന്റെ അലാവുദ്ദീൻ പറയുന്നു. അവൻ അത്രമാത്രം ഇഷ്ടപ്പെട്ടുപോയിരിക്കുന്നു കുമാരിയെ. അവന്റെ ആഗ്രഹം സാധിപ്പിച്ചുകൊടുക്കേണ്ടത് ഉമ്മ എന്ന നിലയിൽ

എന്റെ ബാധ്യതയാണ്. ഒരു മാതാവിന്റെ ഉത്തരവാദിത്വം നിറവേറ്റുന്നതിനുവേണ്ടിയാണ് ഞാൻ വന്നിരിക്കുന്നത്!"

"സാധാരണക്കാരിയായിരുന്നിട്ടും മകന് വേണ്ടി ബാദുഷായുടെ മുമ്പിൽ വരാൻ ധൈര്യം കാണിച്ച ഭവതിയെ നാം അഭിനന്ദിക്കുന്നു. ഈ ധൈര്യവും തന്റേടവും അലാവുദ്ദീനും ഉണ്ടാവുമെന്ന് നാം വിശ്വസിക്കുന്നു. ഭവതി കൊണ്ടുവന്ന പാരിതോഷികങ്ങൾ നാം സന്തോഷപൂർവ്വം സ്വീകരിക്കുന്നു. പക്ഷേ, പെട്ടെന്ന് ഒരു തീരുമാനമെടുക്കാൻ കഴിയുന്ന കാര്യങ്ങളല്ല ഇതൊന്നും. അതുകൊണ്ട് നമുക്ക് അൽപം സാവകാശം ആവശ്യമാണ്."

ബാദുഷ പറഞ്ഞു.

ബാദുഷായുടെ സംസാരം അലാവുദ്ദീന്റെ ഉമ്മയെ ആശ്വസിപ്പിച്ചു. ബാദുഷ പ്രതികൂലമായി ഒന്നും പറഞ്ഞില്ല എന്നത് അവർക്ക് പ്രതീക്ഷയ്ക്ക് വക നൽകുന്നുണ്ടായിരുന്നു.

## പതിമൂന്ന്

**ബാ**ദുഷയുടെ തീരുമാനം അറിയിക്കുന്ന ദിവസത്തിനുവേണ്ടി പ്രതീക്ഷയോടെ കാത്തിരിക്കുകയായിരുന്നു അലാവുദ്ദീൻ. ആ തീരുമാനം തനിക്കും കുമാരിക്കും അനുകൂലമായിരിക്കുമെന്ന് അലാവുദ്ദീൻ വിശ്വസിക്കുന്നുണ്ടായിരുന്നു.

പക്ഷേ അലാവുദ്ദീന്റെ ഉമ്മയ്ക്ക് അപ്പോഴും സംശയമായിരുന്നു.

ദർബാറിൽ വെച്ച് ബാദുഷ പറഞ്ഞ വാക്കുകൾ തന്നെ സമാധാനിപ്പിക്കാൻ വേണ്ടി മാത്രമായിരിക്കുമോ!

സാധാരണക്കാരനായ അലാവുദ്ദീന് കുമാരിയെ വിവാഹം ചെയ്ത് കൊടുക്കാൻ ബാദുഷ തയ്യാറാവുമോ! ബാദുഷയുടെ വാക്കുകൾ വിശ്വസിച്ച താൻ വിഡ്ഢിയല്ലേ.

"ബാദുഷയെ എനിക്ക് വിശ്വാസമാണുമ്മാ."

അലാവുദ്ദീൻ ആത്മവിശ്വാസത്തോടെ പറഞ്ഞു.

"മോനേ അലാവുദ്ദീനേ, ബാദുഷ വിവാഹത്തിന് സമ്മതിച്ചാൽ തന്നെ ഈ പഴയ വീട്ടിലേക്കാണോ കുമാരിയെ കൊണ്ടുവരേണ്ടത്?"

അലാവുദ്ദീന്റെ ഉമ്മ ചോദിച്ചു.

"ഉമ്മ പേടിക്കുന്നതുപോലെ ഈ വീട്ടിലേക്കായിരിക്കില്ല കുമാരിയെ കൊണ്ടുവരുന്നത്. ബാദുഷയുടെ കൊട്ടാരത്തേക്കാൾ വലിപ്പവും ഭംഗിയുമുള്ള ഒരു കൊട്ടാരത്തിലേക്കായിരിക്കും ഉമ്മാ."

അലാവുദ്ദീൻ പറഞ്ഞു.

മഹാസിർ ഭൂതത്തിന്റെ വാക്കുകളിൽ അത്രമാത്രം വിശ്വാസമുണ്ടായിരുന്നു അലാവുദ്ദീന്.

മഹാസിർ നിർമ്മിക്കുന്ന കൊട്ടാരം കണ്ട് ബാദുഷ അത്ഭുതപ്പെടണം. തന്റെ കുമാരി താമസിക്കാൻ പോകുന്നത് തനിക്ക് സ്വപ്നം കാണാൻ പോലും കഴിയാത്ത കൊട്ടാരത്തിലാണെന്ന് അറിയുമ്പോൾ ബാദുഷ ഏറെ സന്തോഷിക്കും. ചിലപ്പോൾ അസൂയപ്പെടും.

അലാവുദ്ദീൻ അങ്ങനെ സ്വപ്നലോകത്ത് സഞ്ചരിച്ചുകൊണ്ടിരിക്കുമ്പോഴാണ് അകലെ നിന്ന് വാദ്യഘോഷങ്ങൾ കേട്ടുതുടങ്ങിയത്.

എന്ത് ആഘോഷമായിരിക്കും തെരുവിൽ നടക്കുന്നത്? കുറച്ചുദിവസങ്ങളായിട്ട് തെരുവിലെ വിശേഷങ്ങളൊന്നും അലാവുദ്ദീൻ അറിയുന്നുണ്ടായിരുന്നില്ല. പല വിവരങ്ങളും എത്തിക്കാറുണ്ടായിരുന്നത് ഷുക്കൂറായിരുന്നു. അവൻ വന്ന് പോയിട്ട് രണ്ടുമൂന്ന് ദിവസങ്ങളായി.

അപ്പോഴാണ് ഷുക്കൂർ ഓടിക്കിതച്ച് അവിടേക്ക് വന്നത്. എന്തോ കാര്യമായ വിവരം അറിയിക്കാനുള്ള വരവാണെന്ന് അലാവുദ്ദീന് തോന്നി.

"എന്താ ഷുക്കൂറേ?"

അലാവുദ്ദീൻ ചോദിച്ചു.

"കേൾക്കുന്നില്ലേ ആ ശബ്ദം? ജനങ്ങൾ തെരുവിലിറങ്ങി ആഘോഷിക്കുകയാണ്. ആട്ടവും പാട്ടും തന്നെ."

ഷുക്കൂർ പറഞ്ഞു.

"എന്താണ് കാര്യം?"

"സ്വപ്നം കണ്ട് വീട്ടിനകത്ത് അടച്ചുപൂട്ടിയിരുന്നാൽ പുറത്ത് നടക്കുന്ന കാര്യങ്ങളൊന്നും അറിയല്ല അലാവുദ്ദീനേ!"

ഷുക്കൂർ പറഞ്ഞു.

വാദ്യഘോഷങ്ങളുടെ ശബ്ദം കേട്ടുകൊണ്ടുവന്ന അലാവുദ്ദീന്റെ ഉമ്മ ചോദിച്ചു.

"ഷുക്കൂറെ അങ്ങാടിയിലെന്താ ഒരു ആഘോഷം?"

"ബാദുഷാകുമാരിയുടെ വിവാഹം."

ഷുക്കൂർ പറഞ്ഞു.

അത് കേട്ടപ്പോൾ അലാവുദ്ദീനെപ്പോലെ തന്നെ അവന്റെ ഉമ്മയും ഞെട്ടി. ഷുക്കൂർ പറഞ്ഞത് വിശ്വസിക്കാൻ അവർക്ക് കഴിഞ്ഞില്ല.

"ഷുക്കൂറേ, കളിതമാശ പറയേണ്ട കാര്യമല്ല ഇതൊന്നും."

അലാവുദ്ദീന്റെ ഉമ്മ പറഞ്ഞു.

“തമാശയല്ല ഉമ്മാ. കേട്ടപ്പോൾ ആദ്യം ഞാനും ഞെട്ടി. സത്യമാണ് ഞാൻ പറഞ്ഞത്. ദർബാർ സദസ്സിലെ മന്ത്രിമുഖ്യന്റെ മകനുമായിട്ടാണ് ബാദുഷാകുമാരിയുടെ വിവാഹം.”

“ഭരണാധികാരി പ്രജകളോട് പറയുന്ന വാക്കുകൾക്ക് ഒരു വില യുമില്ലേ?”

അലാവുദ്ദീൻ ചോദിച്ചു.

“ഉമ്മയോട് പറഞ്ഞ വാക്കാണ് ബാദുഷ തെറ്റിച്ചിരിക്കുന്നത്. ഇങ്ങനെ ഒരു ഉദ്ദേശം ബാദുഷയുടെ മനസ്സിൽ ഉണ്ടായിരുന്നെങ്കിൽ കൊണ്ടുവന്ന പാരിതോഷികങ്ങൾ വാങ്ങിവെക്കരുതായിരുന്നു.”

ഷുക്കൂർ അമർഷത്തോടെ പറഞ്ഞു.

ബാദുഷ ചെയ്തത് വലിയ തെറ്റുതന്നെയാണെന്ന് അലാവുദ്ദീനും തോന്നി. പക്ഷേ തിരിച്ചു കൊണ്ടുവരാൻ വേണ്ടിയായിരുന്നില്ല പാരി തോഷികങ്ങൾ കൊണ്ടുപോയത്.

“നമ്മൾ നമ്മുടെ മര്യാദ കാണിച്ചു.”

അലാവുദ്ദീൻ പറഞ്ഞു.

പക്ഷേ അലാവുദ്ദീന്റെ ന്യായീകരണങ്ങളൊന്നും ഷുക്കൂറിന് ഇഷ്ട പ്പെട്ടില്ല.

“നമുക്ക് മാത്രം മതിയോ അലാവുദ്ദീനേ മര്യാദ? വലിയവർ തെറ്റു ചെയ്താൽ അത് തെറ്റല്ലാതെയാവുന്നത് എന്തുകൊണ്ടാണ്? അവരും ശിക്ഷിക്കപ്പെടേണ്ടതല്ലേ?”

“അവരെ ശിക്ഷിക്കേണ്ടത് നമ്മളല്ലല്ലോ ഷുക്കൂറെ! ദൈവമല്ലേ.”

അലാവുദ്ദീൻ അങ്ങനെയൊക്കെ പറയുന്നുണ്ടെങ്കിലും അവന്റെ മനസ്സ് വേദനിക്കുന്നുണ്ടായിരുന്നു.

“ദേശത്ത് നീതിയും നിയമവും നടപ്പിലാക്കേണ്ട ആളല്ലേ ബാദുഷ! എന്തിനായിരുന്നു ബാദുഷ നമ്മൾക്ക് ആശ തന്നത്? ബാദുഷയ്ക്ക് പറ യാമായിരുന്നില്ലെ, കുമാരി മന്ത്രികുമാരനുള്ളതാണെന്ന്.”

അലാവുദ്ദീന്റെ ഉമ്മ പറഞ്ഞു.

“ബാദുഷാകുമാരിയെ അലാവുദ്ദീന് വേണ്ട ഉമ്മാ. കുമാരിയെ വിവാഹം ചെയ്യാൻ കഴിയാത്തതിൽ എനിക്ക് വേദനയില്ല.”

അലാവുദ്ദീൻ പറഞ്ഞു.

പക്ഷേ ബാദുഷാകുമാരിയെ ഓർത്ത് അലാവുദ്ദീന്റെ മനസ്സ് വേദനി ക്കുന്നുണ്ടെന്ന് അവന്റെ ഉമ്മാക്കറിയാമായിരുന്നു. അത് മറച്ചുവെച്ചു കൊണ്ടാണ് അവൻ സംസാരിക്കുന്നത്.

"എന്റെ ഉമ്മയെ വേദനിപ്പിച്ചതിന്റെ ശിക്ഷ ബാദുഷ അനുഭവിക്കാതിരിക്കില്ല. പാവപ്പെട്ടവന്റെ കണ്ണീരിന്റെ വില ബാദുഷ അറിയണം."

അലാവുദ്ദീൻ പറഞ്ഞു.

"നിനക്ക് എന്ത് ചെയ്യാൻ കഴിയും അലാവുദ്ദീനേ? ബാദുഷയോട് എതിരിടാൻ മാത്രം ശക്തരാണോ നമ്മൾ?"

തെരുവിൽ നടക്കുന്ന ആഘോഷങ്ങളുടെ ശബ്ദം അപ്പോഴും കേൾക്കുന്നുണ്ടായിരുന്നു.

ദേശത്തെ പ്രജകളെല്ലാം സന്തോഷത്തോടെ ആടുകയും പാടുകയും ചെയ്യുമ്പോൾ അലാവുദ്ദീന്റെ വീട് മാത്രം മൂകമായിരുന്നു.

സന്ധ്യയായിട്ടും പുറത്ത് കല്യാണ ആഘോഷങ്ങൾ കെട്ടടങ്ങിയിരുന്നില്ല.

**ന**ല്ല നിലാവുള്ള രാത്രിയായിരുന്നു.

നിലാവിന്റെ തെളിച്ചം നോക്കി പുറത്തിരിക്കുമ്പോഴാണ് അലാവുദ്ദീന് മോതിരത്തിന്റെ അടിമയായ കുട്ടിഭൂതത്തെപ്പറ്റി ഓർമ്മ വന്നത്.

അലാവുദ്ദീൻ മോതിരത്തിൽ വിരൽ ഉരസി. നിമിഷങ്ങൾകൊണ്ട് കുട്ടിഭൂതം അവന്റെ മുമ്പിൽ പ്രത്യക്ഷപ്പെട്ടു.

"കല്പിച്ചാലും യജമാനൻ! എന്തുവേണം?"

കുട്ടിഭൂതം ചോദിച്ചു.

"എനിക്ക് ബാദുഷാകുമാരിയേയും മന്ത്രികുമാരനേയും വേണം."

അലാവുദ്ദീൻ പറഞ്ഞു.

"എത്തിക്കാം യജമാനൻ."

കുട്ടി ഭൂതം അത് പറഞ്ഞതും അപ്രത്യക്ഷനായതും ഒരുമിച്ചായിരുന്നു.

നിമിഷങ്ങൾ കഴിഞ്ഞതേയുള്ളൂ. ബാദുഷാകുമാരിയും മന്ത്രികുമാരനും അവർ ശയിക്കുന്ന കട്ടിലടക്കം അലാവുദ്ദീന്റെ മുമ്പിലെത്തി. നല്ല മയക്കത്തിലായിരുന്നു രണ്ടുപേരും.

"കുട്ടിഭൂതമേ നന്ദി."

അലാവുദ്ദീൻ പറഞ്ഞു.

ഒരിക്കൽകൂടി മോതിരത്തിൽ ഉരസിയപ്പോൾ കുട്ടിഭൂതം അപ്രത്യക്ഷനായി.

ക്രമേണ ബാദുഷാകുമാരി കണ്ണുകൾ തുറന്നു. മുന്നിൽ നിൽക്കുന്ന അലാവുദ്ദീനെ കണ്ട് കുമാരി ഞെട്ടി എഴുന്നേറ്റു. ബാദുഷാകുമാരിക്ക് ഭയമായിരുന്നില്ല. അത്ഭുതമായിരുന്നു.

“ഞാൻ എവിടെയാണ്?”

കുമാരി ചോദിച്ചു.

“ഇത് അലാവുദ്ദീന്റെ ഭവനമാണ്. കുമാരി തനിച്ചല്ല. മന്ത്രികുമാരനും കൂടെയുണ്ട്.”

കട്ടിലിൽ മയങ്ങിക്കിടക്കുന്ന മന്ത്രികുമാരനെ കാട്ടിയിട്ട് അലാവുദ്ദീൻ പറഞ്ഞു.

“പറയൂ അലാവുദ്ദീൻ. ഞങ്ങൾ എങ്ങനെയാണ് ഇവിടെ എത്തിയത്?”

“അലാവുദ്ദീന്റേതുപോലെ കുമാരിയുടേയും മനസ്സ് വേദനിക്കുകയാണെന്ന് എനിക്ക് അറിയാമായിരുന്നു. അതുകൊണ്ട് ഇങ്ങനെ ഒരു നാടകം വേണ്ടിവന്നു!”

‘അലാവുദ്ദീന്റെ സാമീപ്യം എനിക്ക് ആശ്വാസമാണ്.”

“കുമാരീ. ഇത് ശാശ്വതമായ ഒരു ആശ്വാസമല്ല! പ്രഭാതമെത്തുന്നതിനു മുമ്പെ തന്നെ കുമാരിയും മന്ത്രികുമാരനും തിരിച്ച് കൊട്ടാരത്തിൽ എത്തിയിരിക്കും.”

“അതുവരെ കിട്ടുന്ന നിമിഷങ്ങൾ എനിക്ക് ഏറ്റവും വിലപ്പെട്ടതായിരിക്കും അലാവുദ്ദീൻ! ബാദുഷ അലാവുദ്ദീനോടും മാതാവിനോടും ചെയ്ത തെറ്റിന് ഈ മകൾ മാപ്പ് ചോദിക്കുന്നു. പക്ഷേ, അലാവുദ്ദീൻ ഞാൻ ഇപ്പോൾ മന്ത്രികുമാരന്റെ പത്നിയല്ലേ?”

“അങ്ങനെതന്നെയാണ് ഈ അലാവുദ്ദീൻ കുമാരിയെ കാണുന്നത്. പുറത്ത് നല്ല നിലാവുണ്ട്. നിലാവിൽ കുളിച്ചുനിൽക്കുന്ന പുറം കാഴ്ചകൾ കാണാൻ നല്ല ഭംഗിയാണ്. ആ കാഴ്ചകൾ കുമാരിക്ക് കാണിച്ചുതരണമെന്നുണ്ട് എനിക്ക്.”

“ഒരിക്കൽ അലാവുദ്ദീൻ എന്നോട് പറഞ്ഞിരുന്നു, കാഴ്ചകൾ കാണിക്കാമെന്ന്.”

ബാദുഷാകുമാരി പറഞ്ഞു.

“പോകാം കുമാരി.”

അലാവുദ്ദീൻ കുട്ടിഭൂതത്തെ വിളിച്ച് തന്റെ ആവശ്യം അറിയിച്ചു.നിലാവിൽകൂടെ യാത്രചെയ്ത് പ്രകൃതി സൗന്ദര്യം ആസ്വദിക്കണം.

കുട്ടിഭൂതം അപ്രത്യക്ഷനായി ഒരു മാന്ത്രികവിരിപ്പുമായി തിരിച്ചുവന്നു.

അലാവുദ്ദീനും കുമാരിയും മാന്ത്രികവിരിപ്പിൽ കയറിയിരുന്നു. മാന്ത്രികവിരിപ്പ് ആകാശത്തേക്കുയർന്നു.

നിലാവിൽ കുളിച്ചു നിൽക്കുന്ന പ്രകൃതിയുടെ മനോഹാരിത കണ്ട് ബാദുഷാകുമാരി അത്ഭുതപ്പെട്ടു.

ആ യാത്രയിൽ ബാദുഷായുടെ കൊട്ടാരവും അന്തഃപുരവും അരുവികളും കാടുകളും കുന്നുകളും മലനിരകളുമെല്ലാം കുമാരി കണ്ടു.

"ഈ യാത്ര ഞാൻ ഒരിക്കലും മറക്കില്ല അലാവുദ്ദീൻ."

ബാദുഷാകുമാരി പറഞ്ഞു.

"ഇനിയുള്ള ദിവസങ്ങൾ ഓരോന്നും ഇതുപോലെ മനോഹരങ്ങളായിരിക്കും കുമാരി."

പുലർച്ചക്കോഴി കൂവുന്നതിനു മുമ്പെ തന്നെ മാന്ത്രികവിരിപ്പ് തിരിച്ചു പറക്കാൻ തുടങ്ങി.

കുട്ടിഭൂതം ബാദുഷാകുമാരിയേയും മന്ത്രികുമാരനേയും നേരം പുലരുംമുമ്പേ ബാദുഷയുടെ കൊട്ടാരത്തിലെ മണിയറയിൽ എത്തിച്ചു.

മന്ത്രികുമാരൻ അപ്പോഴും നല്ല ഉറക്കത്തിലായിരുന്നു.

# പതിന്നാല്

**ബാ**ദുഷാകുമാരിയുടേയും മന്ത്രികുമാരന്റെയും വിവാഹം കഴിഞ്ഞ് കുറച്ചു ദിവസങ്ങൾക്കു ശേഷം ഒരു ദിവസം കുമാരിയുടെ സുഖവിവരങ്ങൾ അറിയുന്നതിനുവേണ്ടി ബീഗം തോഴിയെ വിളിപ്പിച്ചു.

"പറയൂ തോഴീ, കുമാരി സന്തോഷവതിയല്ലേ?"

ബീഗം ചോദിച്ചു.

"ക്ഷമിക്കണം മഹാറാണി, കുമാരി സന്തോഷവതിയല്ല!"

തോഴി പറഞ്ഞു.

അലാവുദ്ദീനെക്കുറിച്ചുള്ള ഓർമ്മകൾ കുമാരിയുടെ മനസ്സിൽ നിന്ന് മാഞ്ഞുപോകുന്നുണ്ടാവില്ല. അതായിരിക്കും സന്തോഷമില്ലായ്മയ്ക്കു കാരണം എന്ന് ബീഗത്തിനു തോന്നി.

"അലാവുദ്ദീനെക്കുറിച്ചുള്ള ഓർമ്മകൾ ഇപ്പോഴും കുമാരിയെ നൊമ്പരപ്പെടുത്തുന്നുണ്ടാവും."

ബീഗം പറഞ്ഞു.

"ക്ഷമിക്കണം മഹാറാണി. അലാവുദ്ദീനല്ല കുമാരിയുടെ അസ്വസ്ഥതയ്ക്കു കാരണം. മന്ത്രികുമാരൻ തന്നെയാണ്. ചില കാര്യങ്ങൾ മഹാറാണിയോട് ഉണർത്താൻ അനുവാദമുണ്ടാകണം!"

തോഴി പറഞ്ഞു.

"എന്ത് കാര്യങ്ങൾ? തെളിയിച്ച് പറയൂ!"

ബീഗം ഉത്കണ്ഠയോടെ ചോദിച്ചു.

കഴിഞ്ഞ രാത്രികളിൽ കുമാരിയുടെ മണിയറയിൽ ഉണ്ടായ വിചിത്രമായ ചില സംഭവങ്ങളെപ്പറ്റി തോഴി പറഞ്ഞു. രാത്രിയിൽ മണിയറയിലേക്ക് കയറിവരുന്ന മന്ത്രികുമാരൻ ക്ഷീണമാണെന്ന് പറഞ്ഞ് നേരത്തെ കിടക്കാറാണുപോലും പതിവ്. പിന്നെ കുമാരൻ ഉറക്കം വിട്ട് ഉണരുന്നത് പ്രഭാതത്തിലാണ്. ഉണർന്ന ഉടനെത്തന്നെ രാത്രിയിൽ അങ്ങനെ പെരുമാറിപ്പോയതിനെപ്പറ്റി ക്ഷാപണം ചോദിക്കും പോലും. പക്ഷേ പിറ്റേ ദിവസവും അതിനടുത്ത ദിവസവും ഇത് തന്നെയായിരുന്നു ആവർത്തിക്കാറുണ്ടായിരുന്നത്.

തോഴി പറഞ്ഞത് വിശ്വസിക്കാൻ ബീഗത്തിന് കഴിഞ്ഞില്ല.

"മന്ത്രികുമാരൻ ഒരു വിചിത്ര കഥകൂടി പറഞ്ഞുപോലും കുമാരിയോട്. രാത്രിയിൽ ഒരേ സ്വപ്നം തന്നെ കാണുന്നുവെന്ന്. സ്വപ്നത്തിൽ കുമാരിയും മന്ത്രികുമാരനും ശയിക്കുന്ന കട്ടിൽ ആകാശത്തേക്ക് ഉയരുന്നതുപോലെ അനുഭവപ്പെടാറുണ്ടെന്ന്. പിന്നെ ആകാശമാർഗ്ഗം സഞ്ചരിച്ച് മറ്റേതോ സ്ഥലത്ത് എത്തിപ്പെടാറുണ്ടെന്ന്!"

ഒരേ സ്വപ്നം തന്നെ ദിവസവും കാണുന്നു എന്നത് വിചിത്രമായി തോന്നി ബീഗത്തിന്. മന്ത്രികുമാരൻ എന്തെങ്കിലും മാനസികരോഗത്തിന് അടിമയായിരിക്കുമോ.

തോഴി പറഞ്ഞ കാര്യങ്ങളെല്ലാം അന്നു രാത്രിയിൽ തന്നെ ബീഗം ബാദുഷായുടെ മുമ്പിൽ ഉണർത്തിച്ചു.

പക്ഷേ, അതെല്ലാം ബാലിശമായ കഥകളായിട്ടാണ് ബാദുഷയ്ക്ക് തോന്നിയത്.

"അവിശ്വസനീയമായ എന്തെങ്കിലും നടക്കുന്നുവെങ്കിൽ അതിനു പിന്നിൽ അലാവുദ്ദീനായിരിക്കും. കാഴ്ചയിൽ സാധാരണക്കാരനാണെങ്കിലും അവന് മാന്ത്രികവിദ്യകൾ കൈവശമുണ്ടോ എന്ന് നാം സംശയിക്കുന്നു."

ബാദുഷ പറഞ്ഞു.

"ഒരു മായാജാലക്കാനായിരുന്നെങ്കിൽ മന്ത്രികുമാരനുമായുള്ള വിവാഹത്തിന് തടസ്സമുണ്ടാക്കാൻ കഴിയുമായിരുന്നില്ലേ അലാവുദ്ദീന്."

ബീഗം പറഞ്ഞു.

"പക്ഷേ, നാം ഇതെങ്ങനെ വിശ്വസിക്കും. കുമാരൻ ഉറങ്ങിപ്പോവുന്നു. ഒരേ സ്വപ്നം തന്നെ കാണുന്നു. മന്ത്രികുമാരൻ എന്തെങ്കിലും അസുഖത്തിന് അടിമയായിരിക്കുമോ."

ബാദുഷ പറഞ്ഞു.

"പ്രഭോ, അത് തന്നെ ഈയുള്ളവളുടേയും സംശയം. ഏറെ പ്രതീക്ഷകളോടെയും ആഘോഷങ്ങളോടും കൂടിയാണ് കുമാരിയുടെ വിവാഹം നടന്നത്. എന്നിട്ടും കുമാരി വേദനിക്കുന്നതാണ് കാണുന്നത്. മന്ത്രിയെ വിളിച്ച് സംസാരിക്കണം. അവിടുന്ന് സംശയിക്കുന്നതുപോലെ മന്ത്രികുമാരൻ എന്തെങ്കിലും അസുഖത്തിന് അടിമയാണോ എന്നും അറിയണം."

"അന്വേഷിക്കാം."

"അലാവുദ്ദീനോടും അവന്റെ മാതാവിനോടും ചെയ്തത് അനീതിയാണ്. കുമാരിയുടെ വിവാഹക്കാര്യം അറിഞ്ഞപ്പോൾ ആ മാതാവ് എത്ര മാത്രം വേദനിച്ചിട്ടുണ്ടാവും. അലാവുദ്ദീന്റെ ഉമ്മയുടെ ശാപം കുമാരിയുടെ ശിരസ്സിൽ പതിക്കുമോ എന്നാണ് നമ്മുടെ ഭയം."

"ചെയ്തത് തെറ്റുതന്നെ. നാം സമ്മതിക്കുന്നു. ആ സ്ത്രീയെ വിളിച്ചു വരുത്തി ക്ഷമാപണം നടത്താം."

"സാധാരണക്കാരിയായ ഒരു സ്ത്രീയുടെ മുമ്പിൽ ബാദുഷ ചെറുതാവാൻ പാടില്ല. അലാവുദ്ദീനെപ്പറ്റി ഒരിക്കൽ അവിടുന്ന് നല്ല വാക്കുകൾ പറഞ്ഞിരുന്നു. സാധാരണക്കാരനാണെങ്കിലും യോഗ്യനാണെന്ന്

പറഞ്ഞിരുന്നു. ഒരു രാജകുമാരന്റെ പ്രൗഢിയും ഗാംഭീര്യവുമുണ്ടെന്നും സമ്മതിച്ചിരുന്നു."

"പക്ഷേ അപ്പോഴെല്ലാം നാം ആലോചിച്ചത് നമ്മുടെ കുമാരിയുടെ ഭാവിജീവിതത്തെപ്പറ്റിയാണ്. സാധാരണക്കാരനായ ഒരു വ്യക്തിയിൽ നിന്നും കുമാരിക്ക് ഒരു നല്ല ജീവിതം ലഭിക്കുകയില്ല."

"ശരിയാണ്. അലാവുദ്ദീൻ അവിടുന്ന് പറയുന്നതുപോലെ ഒരു സാധാരണ യുവാവാണ്. പക്ഷേ ബാദുഷാകുമാരിയെ വിവാഹം കഴിക്കുന്നതോടെ അലാവുദ്ദീൻ രാജകുടുംബത്തിലെ ഒരംഗമായി മാറില്ലേ."

"ബീഗം പറഞ്ഞുവരുന്നത് എന്താണ്?"

"കുമാരിയുടെ സന്തോഷമല്ലേ പ്രഭോ നമുക്ക് വലുത്. അതുകൊണ്ട് മന്ത്രികുമാരനുമായുള്ള ബന്ധത്തെപ്പറ്റി ഒരിക്കൽകൂടി ആലോചിക്കണമെന്നാണ് നമ്മുടെ അഭിപ്രായം."

"ബീഗം നാം ഈ ദേശത്തിന്റെ ഭരണാധികാരിയാണ്. മന്ത്രികുമാരനുമായുള്ള ബന്ധം വിഛേദിക്കുക എന്ന് പറഞ്ഞാൽ അത് തെറ്റല്ലേ!"

ബാദുഷ ചോദിച്ചു.

"പ്രഭോ, അവിടുന്ന് അലാവുദ്ദീന്റെ മാതാവിന് ഒരു വാക്ക് കൊടുത്തിരുന്നു."

"ശരിയാണ്. അവരോട് പറഞ്ഞവാക്ക് നാം തെറ്റിച്ചിരിക്കുന്നു. പക്ഷേ, അലാവുദ്ദീനുമായിട്ടുള്ള കുമാരിയുടെ വിവാഹം നടന്നിരുന്നെങ്കിൽ ഷേബാദേശത്തിന്റെ ബാദുഷയെപ്പറ്റി ആളുകൾ എന്തായിരുന്നു പറയുക എന്ന് ബീഗം ആലോചിച്ചിട്ടുണ്ടോ? രാജകുലത്തിൽ പിറക്കാത്ത ഒരാൾക്ക് ബാദുഷാകുമാരിയെ വിവാഹം ചെയ്ത് കൊടുത്തു എന്ന അപഖ്യാതി വ്യാപിക്കുന്നത് ഈ ദേശത്ത് മാത്രമായിരിക്കില്ല."

"ബാദുഷയുടെ തീരുമാനമാണ് പ്രജകൾ അംഗീകരിക്കുന്നത്. ശരിയായ തീരുമാനം മാത്രമേ ബാദുഷ എടുക്കുകയുള്ളൂ എന്ന് അവർക്കറിയാം. സമ്പത്തും പ്രതാപവും നോക്കാതെ സാധാരണക്കാരനായ യുവാവിന് കുമാരിയെ വിവാഹം ചെയ്ത് കൊടുത്തു എന്ന ഖ്യാതിയായിരിക്കില്ലേ പ്രഭോ ദേശത്തും അയൽദേശത്തും പരക്കുക. അത് ഷേബാദേശത്തെ ബാദുഷായുടെ കീർത്തി ഉയർത്തുകയല്ലേ ഉള്ളൂ."

"ശരിയാണ്. നാം എന്തുവേണമെന്നാണ് ബീഗം പറയുന്നത്."

ബാദുഷ ചോദിച്ചു.

"രണ്ട് ധ്രുവങ്ങളിൽ ജീവിക്കുന്നവരായിരിക്കുന്നു ഇപ്പോൾ കുമാരിയും മന്ത്രികുമാരനും. നാം കണ്ട സ്വപ്നങ്ങൾ എങ്ങനെയാണ് പ്രഭോ അവരിൽക്കൂടെ സാക്ഷാത്ക്കരിക്കപ്പെടുക. ദേശത്തിന് കരുത്തനായ ഒരു അനന്തരാവകാശി വേണ്ടേ?"

"പാരമ്പര്യവും കുലമഹിമയുമൊന്നും വംശപരമ്പര നിലനിന്നു പോകാനുള്ള കാരണങ്ങളല്ലെന്ന് ബീഗം നമുക്ക് ബോധ്യപ്പെടുത്തി ത്തന്നിരിക്കുന്നു. ബീഗത്തിന്റെ വാക്കുകൾ നമ്മെ മാറിചിന്തിക്കാൻ പ്രേരി പ്പിക്കുന്നു. ഉടനെത്തന്നെ നാം മന്ത്രിമുഖ്യനെ കാണുന്നതാണ്."

"അലാവുദ്ദീന്റെ മാതാവിനേയും കാണണം."

"അവരെ ദർബാറിലേക്ക് വരുത്താം. അലാവുദ്ദീനും കുമാരിയും തമ്മിലുള്ള വിവാഹത്തെക്കുറിച്ച് സംസാരിക്കാം."

"മന്ത്രിയെ വിളിച്ചു കുമാരനെ ഒരു നല്ല ഭിഷഗ്വരനെ കാണിക്കുന്ന തിനുവേണ്ടി ഉപദേശിക്കുകയും വേണം."

ബീഗം പറഞ്ഞു.

## പതിനഞ്ച്

**ബാ**ദുഷ അലാവുദ്ദീന്റെ ഉമ്മയെ ദർബാറിലേക്ക് വിളിപ്പിച്ചു.

അലവുദ്ദീന്റെയും ബാദുഷാകുമാരിയുടെയും വിവാഹം തീരുമാനിച്ച വിവരം പറഞ്ഞു.

ബാദുഷയുടെ തീരുമാനം അറിഞ്ഞപ്പോൾ അലാവുദ്ദീന്റെ ഉമ്മ സന്തോഷിച്ചു. അതോടൊപ്പംതന്നെ അവരുടെ മനസ്സിൽ ആശങ്കകൾ വളരാൻ തുടങ്ങി. ഒരു സാധാരണക്കാരന്റെ മകളെയല്ല തന്റെ മകൻ വിവാഹം ചെയ്യാൻ പോകുന്നത്. ബാദുഷാകുമാരിയെ വിവാഹം ചെയ്യു ന്നത് ഏറെ ആഘോഷങ്ങളോടെയും പ്രൗഢിയോടെയും ആയിരിക്കണം.

പക്ഷേ അത്തരത്തിലുള്ള ആശങ്കകളൊന്നുമുണ്ടായിരുന്നില്ല അലാ വുദ്ദീന്!

ദേശം ഇന്നേവരെ കണ്ടിട്ടില്ലാത്ത ആഘോഷങ്ങളോടു കൂടി തന്നെ തന്റേയും കുമാരിയുടേയും വിവാഹം നടത്താൻ കഴിയുമെന്ന് അവന് വിശ്വാസമുണ്ടായിരുന്നു.

അലാവുദ്ദീൻ മഹാസിറിനെ വരുത്തി.

"മഹാസിർ, അലാവുദ്ദീൻ വിവാഹിതനാകാൻ പോകുന്നു. ബാദുഷാ കുമാരിയാണ് വധു. അതുകൊണ്ട് ഈ ദേശം ഇന്നേവരെ കണ്ടിട്ടില്ലാത്ത രീതിയിലായിരിക്കണം വിവാഹ ആഘോഷങ്ങൾ."

"എന്ത് വേണമെന്ന് കൽപ്പിച്ചാലും യജമാനൻ."

ഭൂതം പറഞ്ഞു.

“ഈ പഴഞ്ചൻ വീടിന്റെ സ്ഥാനത്ത് മനോഹരമായ ഒരു കൊട്ടാരം വേണം. അതിൽ എല്ലാ സൗകര്യങ്ങളും ഉണ്ടായിരിക്കണം.”

“നാളെ പുലരുംമുമ്പെ ഈ സ്ഥാനത്ത് വലിയ ഒരു കൊട്ടാരം. ഇനി എന്തുവേണം യജമാനൻ?”

“കല്യാണദിവസം വധുവിനും വരനും ധരിക്കാൻ വസ്ത്രങ്ങളും ആഭരണങ്ങളും വേണം.”

“ഇന്നേ വരെ ആരും ധരിച്ചിട്ടില്ലാത്ത വിലപിടിച്ച ആഭരണങ്ങളും വസ്ത്രങ്ങളും ആ കൊട്ടാരത്തിനകത്തുണ്ടാവും.”

“ഈ ദേശത്തെ പ്രജകളെ എല്ലാം വിവാഹത്തിന് ക്ഷണിക്കും. അവർക്ക് നല്ല ഭക്ഷണങ്ങൾ. തിരിച്ചുപോകുമ്പോൾ പാരിതോഷികങ്ങൾ.”

“അതും കൊടുക്കാം യജമാനൻ. മഹാസിർ ഭൂതത്തിന് ചെയ്തു തരാൻ കഴിയാത്തതൊന്നുമില്ല.”

ഭൂതം പറഞ്ഞു.

പിറ്റേന്ന് രാവിലെ അലാവുദ്ദീന്റെ ഉമ്മ ഉറക്കമുണർന്നപ്പോൾ അത്ഭുതപ്പെട്ടുപോയി. അവർ കിടക്കുന്നത് പഴയ മരക്കട്ടിലിൽ ആയിരുന്നില്ല. കൊത്തുപണികൾ ചെയ്ത് മനോഹരമാക്കിയ കട്ടിലിൽ വിരിച്ച പട്ടുമെത്തയിലായിരുന്നു. മുറികൾ ഓരോന്നും വിശാലമായതും അലങ്കാരപ്പണികൾ ചെയ്തതുമായിരുന്നു. മുറിയിലാകെ വശീകരണ ശക്തിയുള്ള സുഗന്ധം നിറഞ്ഞുനിൽക്കുന്നുണ്ടായിരുന്നു. അതിനൊത്ത മാറ്റങ്ങൾ ഉണ്ടായിരുന്നു അവർ ധരിച്ച വസ്ത്രങ്ങൾക്കും.

താൻ കാണുന്നത് സ്വപ്നമല്ലെന്ന് തിരിച്ചറിയാൻ അവർക്ക് ഏറെ സമയം വേണ്ടി വന്നു.

അലാവുദ്ദീനും അവന്റെ ഉമ്മയും ആഗ്രഹിച്ചതുപോലെ ആഘോഷങ്ങളോടുകൂടിത്തന്നെ വിവാഹം നടന്നു.

ദേശത്തും അയൽദേശങ്ങളിലും ബാദുഷാകുമാരിയുടെ വിവാഹത്തെപ്പറ്റിത്തന്നെയായിരുന്നു സംസാരം.

ഞൊടിയിടയിൽ പരന്ന ആ വാർത്ത ബാഗ്ദാദിലുള്ള മന്ത്രവാദിയുടെ ചെവികളിലും എത്തി.

ഒരു ഞെട്ടലോടെയാണ് മന്ത്രവാദി ആ വാർത്ത കേട്ടത്.

താൻ അടച്ചിട്ടുപോന്ന ഗുഹയിൽ നിന്ന് അലാവുദ്ദീൻ രക്ഷപ്പെട്ടിരിക്കുന്നു.

അവൻ മാത്രമല്ല പുറത്തുവന്നിരിക്കുന്നത്. അവന്റെ കൈകളിൽ ആ അത്ഭുത വിളക്കുമുണ്ട്. അത്ഭുതവിളക്കുകൊണ്ട് അലാവുദ്ദീൻ ഓരോന്നായി നേടിയെടുക്കാൻ തുടങ്ങിയിരിക്കുന്നു. മഹാസിർ ഭൂതത്തിന്റെ സഹായത്തോടെയാവും ഇന്നേ വരെ ആരും കണ്ടിട്ടും കേട്ടിട്ടും

അനുഭവിച്ചിട്ടുമില്ലാത്ത ആഘോഷങ്ങളോടെ വിവാഹം നടത്താൻ കഴിഞ്ഞത്. താൻ ഏറെ മോഹിച്ച ബാദുഷാകുമാരിയേയും അവൻ സ്വന്തമാക്കിയിരിക്കുന്നു.

സാധാരണക്കാരനായ അലാവുദ്ദീൻ കണ്ണടച്ചുതുറക്കുന്ന നേരം കൊണ്ട് ഇത്രയും വലിയ സമ്പന്നനായിട്ടുണ്ടെങ്കിൽ അധികം താമസിയാതെ ലോകം അവന്റെ കാൽക്കീഴിലാവും. മന്ത്രവാദി ദേഷ്യംകൊണ്ട് വിറക്കാൻ തുടങ്ങി. എല്ലാം കണ്ടും കേട്ടും ഒരു മഹാവിഡ്ഢിയെപ്പോലെ ഈ ബാഗ്ദാദിൽ ജീവിക്കാൻ തനിക്കാവില്ല. വർഷങ്ങളുടെ പ്രയത്നം കൊണ്ട് താൻ കണ്ടെത്തിയ അത്ഭുതവിളക്കാണ് ഒരു ദിവസം കൊണ്ട് അലാവുദ്ദീൻ സ്വന്തമാക്കിയിരിക്കുന്നത്.

ഇല്ല. അത് അനുവദിക്കാൻ കഴിയില്ല.

മഹാസിർ ഭൂതം എന്റെ വരുതിയിൽ വരേണ്ടതാണ്. എന്റെ ആജ്ഞകൾ അനുസരിക്കേണ്ടവനാണ്. ബാദുഷാകുമാരി മഹാമാന്ത്രികനായ എന്റെ പ്രിയതമയാവേണ്ടവളാണ്. മന്ത്രവാദി കോപം കാരണം സ്വബോധം നഷ്ടപ്പെട്ടവനെപ്പോലെ പെരുമാറാൻ തുടങ്ങി. എല്ലാത്തിനോടും ദേഷ്യമായിരുന്നു അയാൾക്ക്. മുന്നിൽ കണ്ടതെല്ലാം അയാൾ അടിച്ചും എറിഞ്ഞും ഉടച്ചു.

സഹോദരന്റെ ആ രൂപം രുക്സാന ആദ്യമായിട്ട് കാണുകയായിരുന്നു.

"സഹോദരാ! താങ്കൾക്ക് എന്തുപറ്റി?"

രുക്സാന ചോദിച്ചു.

"എനിക്ക് എന്നെ നിയന്ത്രിക്കാൻ കഴിയുന്നില്ല രുക്സാനാ! അവൻ വിജയിച്ചിരിക്കുന്നു. അലാവുദ്ദീൻ ലോകം കീഴടക്കാൻ തുടങ്ങിയിരിക്കുന്നു."

മന്ത്രവാദി പല്ലുകൾ ഞെരിച്ചുകൊണ്ട് പറഞ്ഞു.

"അലാവുദ്ദീനെ സഹോദരൻ ഗുഹയിലടച്ച് നശിപ്പിച്ചില്ലേ? ആ ഗുഹയിൽ നിന്ന് അവന് ഒരിക്കലും രക്ഷപ്പെടാൻ കഴിയില്ലെന്ന് താങ്കൾ പറഞ്ഞിരുന്നില്ലേ?"

പക്ഷേ അവൻ പുറത്ത് വന്നിരിക്കുന്നു. അവന്റെ വിരലിൽ കിടക്കുന്ന മോതിരത്തിന്റെ ഭൂതമാണ് അവനെ പുറത്തുകൊണ്ടുവന്നത്.

"ഏതുനേരവും അത്ഭുതവിളക്കിനപ്പറ്റി ആലോചിച്ചിരിക്കുന്നതുകൊണ്ട് താങ്കൾ ദുഃസ്വപ്നങ്ങൾ കാണുകയാണ്."

"യാഥാർത്ഥ്യമാണ് രുക്സാനാ! കഴിഞ്ഞദിവസം ഷേബാദേശത്ത് ആഘോഷപൂർവ്വം ഒരു വിവാഹം നടന്നു. ഇന്നേവരെ ആരും കണ്ടിട്ടും കേട്ടിട്ടുമില്ലാത്ത ആർഭാടമായിരുന്നുപോലും! അലാവുദ്ദീന്റേയും ബാദുഷാ

കുമാരിയുടേയും വിവാഹം! നാടടക്കി ആഘോഷം! ഭക്ഷണം! തിരിച്ചു പോകുമ്പോൾ കൈനിറയെ സമ്മാനങ്ങൾ! രുക്സാനാ, മഹാസിർ ഭൂതം അലാവുദ്ദീന്റെ വിരൽത്തുമ്പിൽ ഉള്ളതുകൊണ്ടാണ് അവന് ഇതെല്ലാം ചെയ്യാൻ സാധിച്ചത്! ഇല്ല. അവനെ സുഖലോലുപനായി ജീവിക്കാൻ ഞാൻ അനുവദിക്കുകയില്ല. ആ അത്ഭുതവിളക്കും മഹാസിർ ഭൂതവും എനിക്ക് അവകാശപ്പെട്ടതാണ്. ആദ്യം ആ അത്ഭുതവിളക്ക് എന്റെ കൈകളിലെത്തണം. പിന്നെ ബാദുഷാകുമാരിയും!"

കത്തിക്കാളുന്ന ദേഷ്യം കടിച്ചമർത്തിക്കൊണ്ട് മന്ത്രവാദി പറഞ്ഞു.

"സഹോദരാ, ശാന്തമായി ചിന്തിക്കൂ. വിളക്ക് കൈവശപ്പെടുത്താനുള്ള എന്തെങ്കിലും വഴി കണ്ടെത്താതിരിക്കില്ല. ഈ സഹോദരി എന്താണ് ചെയ്തു തരേണ്ടതെന്ന് പറയൂ!"

രുക്സാന പറഞ്ഞു.

"നീ ഉടനെത്തന്നെ ഷേബാദേശത്തേക്ക് പുറപ്പെടണം. ഏത് വഴിക്കെങ്കിലും അലാവുദ്ദീന്റെ കൊട്ടാരത്തിനകത്ത് കയറണം. അവന്റെ ശയനമുറിയിലുണ്ടാവും ആ അത്ഭുതവിളക്ക്. അത് കൈക്കലാക്കിയിട്ട് തിരിച്ചുവരിക!"

മന്ത്രവാദി പറഞ്ഞു.

"എന്ത് തന്ത്രമാണ് സഹോദരാ ഞാൻ പ്രയോഗിക്കേണ്ടത്?"

"നീ ഈ നിമിഷംമുതൽ സുഗന്ധദ്രവ്യവിൽപ്പനക്കാരിയാണ്. അങ്ങനെ നിനക്ക് കൊട്ടാരത്തിൽ കയറിപ്പറ്റാം. പിന്നെ മാന്ത്രികവിളക്ക് കൈവശമാക്കുക എളുപ്പമായിരിക്കും. നിന്റെ സഹോദരൻ പരാജിതനാവരുതെന്ന് നിനക്ക് ആഗ്രഹമില്ലേ രുക്സാനാ?

"തീർച്ചയായും!"

"പകരം ഞാൻ നിനക്ക് വിലമതിക്കാനാവാത്ത ഒരു സമ്മാനമാണ് തരാൻ പോകുന്നത്. നീ സ്വപ്നം കാണുന്നതുപോലെ ഒരു രാജകുമാരൻ! അലാവുദ്ദീൻ! അവൻ ഒരു രാജകുമാരനേക്കാൾ സുന്ദരനാണ്. അവൻ നിനക്കുള്ളതാണ്. അത്ഭുതവിളക്കും രാജകുമാരിയും നഷ്ടപ്പെട്ട് ഒരു സാധാരണക്കാരനായി മാറുന്ന അലാവുദ്ദീനെ വശത്താക്കിയെടുക്കാൻ നിനക്ക് പ്രയാസമുണ്ടാവില്ല രുക്സാനാ!"

സഹോദരൻ പറഞ്ഞതാണ് ശരിയെന്ന് രുക്സാനക്ക് തോന്നി. ശക്തി മുഴുവൻ നഷ്ടപ്പെട്ട അലാവുദ്ദീൻ തന്റെ കൈകളിൽ ഒരു പാവയായിരിക്കും!

"രുക്സാനാ, ഇനി താമസിപ്പിക്കേണ്ട. സുഗന്ധദ്രവ്യങ്ങളുമായി ഷേബാദേശത്തേക്ക് പുറപ്പെട്ടുകൊള്ളുക."

മന്ത്രവാദി പറഞ്ഞു.

# പതിനാറ്

**ബാ**ദുഷാകുമാരിയുടെ മാറ്റം തോഴിമാരെ അത്ഭുതപ്പെടുത്തി. എത്ര പെട്ടെന്നാണ് കുമാരി പഴയ ജീവിതത്തിലേക്ക് തിരിച്ചുവന്നത്! കുമാരി ഇപ്പോൾ പഴയപോലെ ചിരിക്കുന്നു. സംസാരിക്കുന്നു. സന്തോഷിക്കുന്നു.

മന്ത്രികുമാരനുമായിട്ടുള്ള വിവാഹത്തിനുശേഷം കുമാരി ചിരിക്കുന്നതുപോലും അവർക്ക് കാണാൻ കഴിഞ്ഞിട്ടുണ്ടായിരുന്നില്ല.

"കുറച്ചുനാളുകൾ ഞാൻ സന്തോഷം മറന്നുപോയിട്ടുണ്ടായിരുന്നു. ആഗ്രഹിച്ചതെല്ലാം എനിക്ക് തിരിച്ചുകിട്ടിയില്ലേ. പ്രിയപ്പെട്ടവൻ എനിക്ക് സ്വന്തമായില്ലേ. ഇനി ഞാൻ എന്തിന് സന്തോഷിക്കാതിരിക്കണം."

ബാദുഷാകുമാരി പറഞ്ഞു.

"നിലാവുള്ള രാത്രിയിൽ അലാവുദ്ദീനൊപ്പം കുമാരി നടത്താറുള്ള ആകാശയാത്രയെപ്പറ്റി ഞങ്ങൾ അസൂയപ്പെടാറുണ്ട്."

"ആ നിമിഷങ്ങൾ ഏറെ സുന്ദരമായിരുന്നു! നിലാവിൽ കുളിച്ചുള്ള ആ യാത്ര. പ്രകൃതിയുടെ സൗന്ദര്യം മുഴുവൻ എനിക്ക് കാണിച്ചുതന്നത് അലാവുദ്ദീനാണ്! ദൈവത്തിന്റെ കരവിരുതിന്റെ മഹത്വം ഞാൻ അറിഞ്ഞത് അലാവുദ്ദീനിൽ കൂടെയാണ്."

തോഴിമാരിൽ ഒരാൾ അകത്തേക്ക് വന്നപ്പോൾ അവിടെ മുഴുവൻ ഒരു സുഗന്ധം വ്യാപിച്ചതുപോലെ ബാദുഷാകുമാരിക്ക് അനുഭവപ്പെട്ടു. കുമാരി ചുറ്റും നോക്കി. എവിടെനിന്നാണ് ഇത്രയും ഹൃദ്യമായ സുഗന്ധം.

"എന്താ കുമാരി നോക്കുന്നത്?"

തോഴി ചോദിച്ചു.

"ഇത് വരെ അനുഭവപ്പെടാത്ത സുഗന്ധം അകത്തേക്ക് കടന്നുവന്നിരിക്കുന്നു."

"നമ്മുടെ പൂന്തോട്ടത്തിൽ ഏതെങ്കിലും നല്ല പൂക്കൾ വിരിഞ്ഞിട്ടുണ്ടാവും."

തോഴി പറഞ്ഞു.

"ഈ സമയത്തോ? പ്രഭാതത്തിലല്ലേ പൂക്കൾ വിരിയുന്നത്! തോഴീ നീ കടന്നുവന്നപ്പോൾ മുതൽ എനിക്ക് ആ സുഗന്ധം അനുഭവപ്പെടുന്നുണ്ടായിരുന്നു. നീ പതിവിന് വിപരീതമായി എന്താണ് പൂശിയിരിക്കുന്നത്?"

കുമാരി ചോദിച്ചു.

"ഇല്ല കുമാരി! ഞാൻ സുഗന്ധം പൂശാറില്ലല്ലോ."

"പക്ഷേ ഇന്ന് നീ സുഗന്ധം പൂശി! അതും എത്രയും ഹൃദ്യമായത്."

"ഉണ്ട് കുമാരീ. നമ്മുടെ പടിവാതിൽക്കൽ ഒരു നാടോടിസ്ത്രീ

വന്നിരിക്കുന്നു. അവർ എന്റെ വിരൽത്തുമ്പിൽ അൽപ്പം സുഗന്ധദ്രവ്യം പൂശിയിരുന്നു."

തോഴി ഒന്നുകൂടി അടുത്തേക്ക് വന്നപ്പോൾ സുഗന്ധം നല്ലപോലെ അനുഭവപ്പെട്ടു.

"ഇത് തന്നെ. നാം ഇന്നേവരെ അനുഭവിച്ചിട്ടില്ലാത്ത സുഗന്ധം."

"അവരുടെ പക്കൽ വിലകൂടിയ അമൂല്യങ്ങളായ വേറെയും സുഗന്ധ ദ്രവ്യങ്ങളുണ്ടെന്ന് പറയുന്നു."

"നമുക്കവരെ നേരിൽ കാണാമോ?"

"വേണ്ട കുമാരി! അവർ ഒരു നാടോടി സ്ത്രീയാണ്. അവരെപ്പോലെ യുള്ളവരെ അകത്തേക്ക് കൊണ്ടുവരുന്നത് ശരിയല്ല."

"സാരമില്ല തോഴീ. ഏതായും ഒരു സ്ത്രീയല്ലേ! ങും അവരോട് വരാൻ പറയൂ!"

കുമാരി പറഞ്ഞു.

തോഴി പുറത്തേക്ക് പോയി. നിമിഷങ്ങൾക്കുള്ളിൽ തന്നെ നാടോടി സ്ത്രീയെ അന്തഃപുരത്തിലേക്ക് കൂട്ടിക്കൊണ്ടുവന്നു.

നാടോടിസ്ത്രീയുടെ വേഷം രുക്സാനയ്ക്ക് നല്ലപോലെ ചേരുന്ന തായിരുന്നു.

ബാദുഷാകുമാരിയെ കണ്ടപ്പോൾ രുക്സാനയുടെ കണ്ണുകൾ അത്ഭുതംകൊണ്ട് തിളങ്ങി. തന്റെ സഹോദരൻ കുമാരിയെകണ്ട് മോഹിച്ചത് വെറുതെയല്ലെന്ന് അവൾക്ക് ബോധ്യപ്പെട്ടു. കുമാരി അപ്സര കന്യക തന്നെ! ഇവിടെ അലാവുദ്ദീന്റെ കൂടെയല്ല കുമാരി കഴിയേണ്ടത്. മാന്ത്രികപ്രഭുവായ തന്റെ സഹോദരന്റെ ഒപ്പമാണ്. രുക്സാന തീരു മാനിച്ചു.

"ഇവർ ഒരു നാടോടിസ്ത്രീയാണെന്ന് തോന്നുന്നില്ല."

ബാദുഷാകുമാരി പറഞ്ഞു.

"ശരിയാണ് കുമാരി. ഞാൻ ഒരു നാടോടി സ്ത്രീയല്ല. തെരുവു കളിലും വീടുകളിലും അലഞ്ഞ് വ്യാപാരം ചെയ്യുന്നവളുമല്ല. പ്രഭു കുടുംബങ്ങളും കൊട്ടാരങ്ങളും മാത്രമേ ഞാൻ സന്ദർശിക്കാറുള്ളൂ. വിശിഷ്ടവ്യക്തികൾക്ക് കാഴ്ചവെക്കാനുള്ള അപൂർവ്വ വസ്തുക്കൾ മാത്രമാണ് എന്റെ പക്കലുള്ളത്."

രുക്സാന പറഞ്ഞു.

ബാദുഷാകുമാരിക്ക് രുക്സാനയെപ്പറ്റി മതിപ്പുതോന്നി.

"ഭവതി എവിടെ നിന്ന് വരുന്നു?"

“ബാഗ്ദാദാണ് എന്റെ ദേശം! എന്നോടൊപ്പം വേറെയും സ്ത്രീക ളുണ്ട്. അറബിനാടുകളിൽ ഷേക്കുമാർ ഉപയോഗിക്കുന്ന അതിവിശിഷ്ട ങ്ങളായ സുഗന്ധദ്രവ്യങ്ങളാണ് കുമാരി ഞങ്ങൾ വിൽപ്പന നടത്തുന്നത്. കുമാരി സ്വന്തമായിട്ട് കാണേണ്ടതും ആസ്വദിക്കേണ്ടതുമാണ് എല്ലാം.”

രുക്സാന പറഞ്ഞതിന്റെ പൊരുളറിഞ്ഞപ്പോൾ തോഴിമാർ ഓരോരു ത്തരായി പുറത്തേക്ക് ഇറങ്ങിപ്പോയി.

രുക്സാന തന്റെ ഭാണ്ഡത്തിൽ നിന്ന് കൊച്ചുകുപ്പികളെടുത്ത് ബാദുഷാകുമാരിയുടെ മുമ്പിൽ നിരത്താൻ തുടങ്ങി. കുപ്പികൾ ഓരോന്നും കടഞ്ഞെടുത്ത ശിൽപ്പങ്ങൾ പോലെ മനോഹരമായിരുന്നു.

"കുമാരീ, അടിയന്റെ മനസ്സിൽ തോന്നിയ ഒരു സത്യം കൂടി പറയട്ടെ. ലോകത്തിലെ ഏറ്റവും ഭാഗ്യവതിയായ സ്ത്രീയാണ് കുമാരി. അനുരൂപനായ ഒരു യുവാവിനേയാണ് കുമാരിക്ക് വരനായി ലഭിച്ചിരിക്കുന്നതെന്ന് ഈയുള്ളവൾ മനസ്സിലാക്കുന്നു! എവിടെ ആ ഭാഗ്യവാൻ?"

രുക്സാന ബാദുഷാകുമാരിയുടെ മുഖത്തുനിന്ന് കണ്ണെടുക്കാതെ ചോദിച്ചു.

"അലാവുദ്ദീൻ സുഹൃത്തിനൊപ്പം കാട്ടിൽ ശിക്കാറിന് പോയിരിക്കുന്നു."

ബാദുഷാകുമാരി സുഗന്ധദ്രവ്യക്കുപ്പികൾ ഓരോന്നായി കൈയിൽ എടുത്തു.

"മനോഹരമായ കുപ്പികൾ."

കുമാരി പറഞ്ഞു.

"ഓരോ കുപ്പിക്കകത്തും ഒന്നിനൊന്ന് മെച്ചപ്പെട്ട സുഗന്ധദ്രവ്യങ്ങളാണ് കുമാരി."

കൂട്ടത്തിൽ നിന്ന് ഏറ്റവും ചെറിയ ഒരു കുപ്പിയെടുത്തിട്ട് രുക്സാന പറഞ്ഞു.

"ഇതിനകത്തുള്ള സുഗന്ധദ്രവ്യം കുമാരിക്ക് ഇഷ്ടപ്പെടാതിരിക്കില്ല. അപൂർവ്വങ്ങളിൽ അപൂർവ്വമാണ്. ദയവായി വിരൽതുമ്പ് കാണിച്ചാലും കുമാരി."

രുക്സാന പറഞ്ഞു.

കുമാരി കൈവിരലുകൾ രുക്സാനയുടെ നേരെ നീട്ടി.

കുപ്പിയുടെ അടപ്പ് തുറന്ന് രുക്സാന ദ്രവ്യം കുമാരിയുടെ വിരലുകളിൽ പൂശി.

"വിരലുകളിൽ നേരിയ തണുപ്പ് അനുഭവപ്പെടുന്നില്ലേ കുമാരി?"

രുക്സാന ചോദിച്ചു.

ഉണ്ടെന്ന് കുമാരി പറഞ്ഞു.

"ഇനി ആ സുഗന്ധം ഒന്ന് ആസ്വദിച്ചാട്ടെ കുമാരി."

വിരലുകളിൽ പൂശിയ സുഗന്ധത്തിന്റെ വാസന കുമാരി ആസ്വദിച്ചു.

"ഹാ... എന്ത് സുഗന്ധമാണിത്... ഇത്രയും ഹൃദ്യമായ സുഗന്ധം ഞാൻ ഇന്നേവരെ ആസ്വദിച്ചിട്ടില്ല."

കുമാരി സുഗന്ധം ആവുന്നത്ര മൂക്കിലേക്ക് വലിച്ചുകയറ്റിയിട്ട്

പറഞ്ഞു. ആ സുഗന്ധത്തിന്റെ വശ്യത കുമാരിയുടെ കണ്ണുകളിലും മുഖത്തും തെളിഞ്ഞു കാണാമായിരുന്നു!

"ഓരോ നിമിഷം കഴിയുംതോറും സുഗന്ധം കുമാരിയുടെ ശരീരത്തിലാകെ പടർന്നുകയറും. കുമാരി മറ്റൊരു ലോകത്തേക്ക് പ്രവേശിക്കാൻ തുടങ്ങുകയാണ്. ഇന്നേ വരെ കണ്ടിട്ടും കേട്ടിട്ടുമില്ലാത്ത അത്ഭുതങ്ങൾ നിറഞ്ഞ ലോകത്തേക്ക്. അതിനുവേണ്ടി ശാന്തമായ നിദ്രയിലേക്ക് പോവുകയാണ്."

കുമാരിക്ക് കണ്ണുകൾ കനംവെക്കുന്നതുപോലെ അനുഭവപ്പെടാൻ തുടങ്ങി. കൺപോളകൾ അടഞ്ഞുതുടങ്ങി. ശരീരം തളരാൻ തുടങ്ങി.

നിമിഷങ്ങൾകൊണ്ട് കുമാരി ഗാഢനിദ്രയിലേക്ക് കടന്നു.

രുക്സാനയുടെ ചുണ്ടുകളിൽ ഗൂഢമായ ഒരു ചിരി പടർന്നു. അവൾ വളരെ പെട്ടെന്നുതന്നെ സുഗന്ധദ്രവ്യക്കുപ്പികൾ ഭാണ്ഡത്തിലേക്ക് വാരിവലിച്ചിട്ടു.

പിന്നെ ഒരു നിമിഷംപോലും താമസിക്കാതെ രുക്സാന മുറിയിലാകെ തിരയാൻ തുടങ്ങി.

'എവിടെയായിരിക്കും ആ അത്ഭുതവിളക്ക് സൂക്ഷിച്ചിട്ടുണ്ടാവുക!'

അവൾ മന്ത്രിച്ചുകൊണ്ടിരുന്നു.

"തോഴിമാർ ആരെങ്കിലും മുറിയിലേക്ക് കടന്നുവരുന്നതിനു മുമ്പേ അത് കണ്ടെത്തണം."

രുക്സാന മുറിയിലെ ഓരോ മുക്കും മൂലയും സൂക്ഷ്മമായി പരിശോധിക്കാൻ തുടങ്ങി.

അവസാനം കൗതുകവസ്തുക്കളുടെ ശേഖരത്തിൽ നിന്ന് അത്ഭുതവിളക്ക് കണ്ടുകിട്ടി.

"ഇത് തന്നെ! സഹോദരൻ പറഞ്ഞുതന്ന എല്ലാ ലക്ഷണങ്ങളും ഈ അത്ഭുതവിളക്കിനുണ്ട്."

വിളക്ക് ഭാണ്ഡത്തിൽ ഒളിപ്പിച്ച ശേഷം രുക്സാന മുറിയിൽ നിന്ന് പുറത്തു കടന്നു.

## പതിനേഴ്

**രു**ക്സാന അത്ഭുതവിളക്കുമായി ബാഗ്ദാദിലെത്തി.

അത്ഭുതവിളക്ക് കണ്ടപ്പോൾ മന്ത്രവാദിയുടെ ചോരപടർന്ന് കലങ്ങിയ കണ്ണുകൾ വികസിച്ചു.

സന്തോഷം കൊണ്ട് അയാൾക്ക് ഒന്നും പറയാൻ കഴിഞ്ഞില്ല.

ഒരു കൊച്ചുകുട്ടിയെപ്പോലെ അയാൾ തുള്ളിച്ചാടാൻ തുടങ്ങി.

"രുക്സാനാ, എന്റെ പ്രിയപ്പെട്ട സഹോദരീ. തകർന്നുടഞ്ഞുപോയി എന്ന് കരുതിയിരുന്ന എന്റെ സ്വപ്നങ്ങൾക്ക് നീയാണ് ജീവൻ പകർന്നത്."

മന്ത്രവാദി പറഞ്ഞു.

"സഹോദരാ, ഈ സന്തോഷം കാണുന്നതിനുവേണ്ടി മാത്രമാണ് സാഹസപ്പെട്ടിട്ടാണെങ്കിലും ഞാൻ എന്റെ ദൗത്യം പൂർത്തിയാക്കിയത്."

രുക്സാന പറഞ്ഞു.

"ഈ ഭൂമിയിൽ എനിക്ക് നേടിയെടുക്കാൻ കഴിയാത്തതായി ഇനി ഒന്നുമുണ്ടാവില്ല. ഭൂമിലോകത്തെ ഞാൻ കൈയിലെടുത്ത് അമ്മാനമാടാൻ പോവുകയാണ്. ഇനി കണ്ടോളൂ രുക്സാനാ ഈ അത്ഭുതവിളക്ക് കൊണ്ട് ഞാൻ കാണിക്കാൻ പോകുന്നത് എന്താണെന്ന്."

മന്ത്രവാദി അത്ഭുതവിളക്ക് കൈയിലെടുത്ത് വിരൽത്തുമ്പുകൊണ്ട് പതിയെ അതിനുമുകളിൽ ഉരസി.

നിമിഷങ്ങൾകൊണ്ട് മഹാസിർഭൂതം അവരുടെ മുന്നിൽ പ്രത്യക്ഷപ്പെട്ടു.

മഹാസിർഭൂതത്തെ നോക്കി മന്ത്രവാദി പൊട്ടിച്ചിരിച്ചു.

"ഭൂതങ്ങളുടെ ചക്രവർത്തീ! അവസാനം നീ എന്റെ മുന്നിൽ വന്നു. നിന്റെ യഥാർത്ഥ യജമാനന്റെ മുന്നിൽ."

മന്ത്രവാദി പറഞ്ഞു.

"കൽപ്പിച്ചാലും യജമാനൻ. ഈ അടിമ എന്താണ് ചെയ്ത് തരേണ്ടത്?"

മഹാസിർ ചോദിച്ചു.

"ഈ ഭവനം മാറ്റി പണിയണം. രാജകൊട്ടാരത്തിന് തുല്യമായിട്ട്. അല്ല അതിനേക്കാൾ മെച്ചപ്പെട്ട രീതിയിൽ! എല്ലാവരേയും അത്ഭുതപ്പെടുത്തുന്നതായിരിക്കണം."

മന്ത്രവാദി പറഞ്ഞു.

"അങ്ങനെയാവാം യജമാനൻ."

നിമിഷങ്ങൾകൊണ്ട് മന്ത്രവാദിയുടെ പഴയവീടിന്റെ സ്ഥാനത്ത് മനോഹരമായ കൊട്ടാരം ഉയർന്നു.

"ഇനിയെന്തുവേണം യജമാനൻ?"

മന്ത്രവാദി പൊട്ടിച്ചിരിച്ചിട്ട് പറഞ്ഞു

"ബാദുഷാകുമാരിയെ അവർ താമസിക്കുന്ന കൊട്ടാരമടക്കം എന്റെ മുമ്പിൽ എത്തിക്കുക."

"കല്പനപോലെ യജമാനൻ."

മഹാസിർ പറഞ്ഞു.

നിമിഷങ്ങൾകൊണ്ട് ബാദുഷാകുമാരിയെ മഹാസിർഭൂതം കൊട്ടാര മടക്കം മന്ത്രവാദിയുടെ മുമ്പിൽ എത്തിച്ചു.

പിറ്റേന്ന് രാവിലെ കുമാരി പതിവുപോലെ എഴുന്നേറ്റ് ജനാലവിരികൾ നീക്കി പുറത്തേക്ക് നോക്കിയപ്പോഴാണ് പതിവുകാഴ്ചകളല്ല മുന്നിൽ കാണുന്നതെന്ന് മനസ്സിലായത്. ഷേബാ ദേശത്തുനിന്നും അകലെ എവിടെയോ സ്ഥലത്താണ് താൻ.

കഴിഞ്ഞ രാത്രിയിൽ എന്താണ് സംഭവിച്ചത്?

കുമാരിക്ക് ഒന്നും മനസ്സിലായില്ല.

പ്രാതലിനുള്ള ഭക്ഷണവുമായി അകത്തേക്ക് വന്ന തോഴിമാരെകണ്ട് കുമാരി അത്ഭുതപ്പെട്ടു. അപരിചിതരായിരുന്നു എല്ലാവരും.

കഴിഞ്ഞ ദിവസംവരെ കൂടെയുണ്ടായിരുന്ന തോഴിമാർ എവിടെ?

"ഞാൻ എവിടെയാണ്?"

ബാദുഷാകുമാരി ചോദിച്ചു.

തോഴിമാർ മറുപടി പറയാതെ ഭക്ഷണസാധനങ്ങൾ അവിടെ വെച്ച ശേഷം തിരിച്ചുപോയി.

കുമാരി അസ്വസ്ഥയായിരുന്നു.

അവൾക്ക് വിശപ്പില്ലായിരുന്നു.

ഭക്ഷണം മേശപ്പുറത്ത് ഏറെ നേരം അങ്ങനെയിരുന്നു. ഇതിനിടയിൽ മന്ത്രവാദി മുറിയിലേക്ക് കടന്നുവന്നതുപോലും കുമാരി അറിഞ്ഞില്ല.

സന്തോഷത്തിന്റെ ചിരി അയാളുടെ മുഖത്ത് നിന്ന് അപ്പോഴും മാഞ്ഞുപോയിട്ടില്ലായിരുന്നു.

മന്ത്രവാദിയെ കണ്ടപ്പോൾ ബാദുഷാകുമാരി ഭയത്തോടെ എഴുന്നേറ്റു.

"ബാദുഷാകുമാരി! വിശ്വസുന്ദരി! അപ്സരസ്സുകളുടെ റാണി! ഇതാ എന്റെ കിടപ്പുമുറിയിൽ! അത്ഭുതവിളക്കും വിശ്വസുന്ദരിയും എനിക്ക് സ്വന്തം...! കുമാരി വല്ലാതെ ക്ഷീണിച്ചുപോയിരിക്കുന്നു."

മന്ത്രവാദി പറഞ്ഞു.

അപ്പോഴാണ് അയാൾ കുമാരിക്കുവേണ്ടി കൊണ്ടുവെച്ച ഭക്ഷണ സാധനങ്ങൾ കണ്ടത്!

"കുമാരി എന്താ ഭക്ഷണം കഴിക്കാത്തത്? ഒന്നും തുറന്നുനോക്കിയിട്ടുപോലുമില്ലെന്ന് തോന്നുന്നു. ഭക്ഷണം കഴിക്കാത്തതുകൊണ്ടാണ്

ക്ഷീണിച്ചിരിക്കുന്നത്. ഭക്ഷണം കഴിക്കാതെയിരുന്ന് ഈ ശരീരം നശിപ്പിക്കാൻ ഞാൻ അനുവദിക്കുകയില്ല. വരൂ നമുക്ക് ഒരുമിച്ച് കഴിക്കാം."

മന്ത്രവാദി അടുത്തേക്ക് ചെന്നപ്പോൾ ഒരു ഞെട്ടലോടെ കുമാരി മാറി നിന്നു. കുമാരിയുടെ മുഖം ദേഷ്യം കൊണ്ട് ചുവന്നുതുടുത്തിട്ടുണ്ടായിരുന്നു!

"എന്റെ അടുത്ത് വന്നാൽ നീ കത്തിച്ചാമ്പലാവും."

കുമാരി അട്ടഹസിച്ചുകൊണ്ട് പറഞ്ഞു.

"വിഡ്ഢിത്തം പറയാതിരിക്കൂ കുമാരി. ഈ ഭൂമിയിൽ ഒരു ശക്തിക്കും എന്നെ തടുക്കാൻ കഴിയില്ല. അജയ്യനാണ് ഞാൻ ഇപ്പോൾ. സർവ്വാധികാരത്തിന്റെ ചെങ്കോൽ കൈയിൽ എത്തിപ്പെട്ട മഹാശക്തനാണ്."

മന്ത്രവാദി അഹങ്കാരത്തോടെ പറഞ്ഞു.

"എന്തിനാണ് എന്നെ ഇവിടെ കൊണ്ടുവന്നിരിക്കുന്നത്?"

"ഇനി മുതൽ മഹാവിഡ്ഢിയായ അലാവുദ്ദീന്റെ സഹധർമ്മിണിയല്ല കുമാരി! എന്റെ കൊട്ടാരത്തിലെ മഹാറാണിയാണ്! ഈ ദിവസത്തിനുവേണ്ടി എത്രനാളുകളായി ഞാൻ കാത്തിരിക്കുകയായിരുന്നെന്നോ. അവസാനം എന്റെ കാത്തിരിപ്പ് സഫലമായി."

മന്ത്രവാദി പറഞ്ഞു.

"എവിടെ എന്റെ അലാവുദ്ദീൻ?"

അതുകേട്ട് മന്ത്രവാദി പൊട്ടിച്ചിരിച്ചു.

"അലാവുദ്ദീൻ! വിഡ്ഢികളുടെ രാജാവ്! അവൻ ഇപ്പോൾ കുമാരിയുടെ പിതാവിന്റെ കൽത്തുറുങ്കിലാണ്. കുമാരിയെ കണ്ടെത്താനായില്ലെങ്കിൽ അലാവുദ്ദീന്റെ ശിരസ്സ് ഛേദിക്കുമെന്നാണ് ബാദുഷായുടെ കല്പന."

"നീ പറയുന്നത് മുഴുവൻ പച്ചക്കള്ളമാണ്. ഇവിടെ എവിടെയോ തടവിലിട്ടിരിക്കുകയാണ് എന്റെ അലാവുദ്ദീനെ."

"അലാവുദ്ദീൻ ബാദുഷയുടെ കൽത്തുറുങ്കിലാണെന്നത് സത്യമാണ്. അലാവുദ്ദീന്റെ കൊട്ടാരം പോലും ഇപ്പോൾ അവിടെയില്ല. ആ പഴയ വീടും അലാവുദ്ദീന്റെ ആ പാവം ഉമ്മയും മാത്രം."

മന്ത്രവാദി അത് പറഞ്ഞ് പൊട്ടിച്ചിരിച്ചു.

"വർഷങ്ങളുടെ തപസ്സുകൊണ്ട് ഞാൻ നേടിയെടുത്ത സൗഭാഗ്യങ്ങൾ അലാവുദ്ദീൻ തട്ടിയെടുത്തു. വഞ്ചകനാണ് അവൻ. നഷ്ടപ്പെട്ടു എന്ന് ഞാൻ കരുതിയ സൗഭാഗ്യങ്ങളെല്ലാം എനിക്ക് തിരിച്ചുകിട്ടിയിരിക്കുന്നു. കുമാരിക്ക് എന്റെ ഈ കൊട്ടാരത്തിൽ നിന്ന് രക്ഷപ്പെടാനാവില്ല. എന്നെ അനുസരിച്ച് എന്റെ പ്രിയപ്പെട്ടവളായി സുഖമായി ഇവിടെ കഴിയാം."

മന്ത്രവാദി പറഞ്ഞു.

## പതിനെട്ട്

**അ**ലാവുദ്ദീന്റെ ഉമ്മ രാവിലെ എഴുന്നേറ്റപ്പോൾ തനിക്കുചുറ്റും സംഭവിച്ച മാറ്റങ്ങൾ കണ്ട് തകർന്നുപോയി.

പഴയ കട്ടിൽ. പഴയ മുറി. പഴയ വീട്.

അവരുടെ വസ്ത്രങ്ങൾ പോലും പഴയതായിരുന്നു. അവർക്ക് ഒന്നും മനസ്സിലായില്ല.

എവിടെ വലിയ കൊട്ടാരവും ആടയാഭരണങ്ങളും ആഡംബരങ്ങളുമെല്ലാം. ഒരു രാത്രികൊണ്ട് എന്താണ് സംഭവിച്ചത്?

എവിടെ ബാദുഷാകുമാരി?

അലാവുദ്ദീന്റെ ഉമ്മ മുറിയിൽ നിന്ന് ഇറങ്ങി. എല്ലായിടവും തിരഞ്ഞു. പക്ഷേ കുമാരി കിടന്ന മുറിപോലും കാണാനില്ലായിരുന്നു.

വേദന സഹിക്കാൻ കഴിയാതെ അവർ പൊട്ടിക്കരഞ്ഞുപോയി.

കൂട്ടുകാരോടൊപ്പം ശിക്കാറിന് പോയതാണ് അലാവുദ്ദീൻ.

അവൻ തിരിച്ചുവന്ന് കുമാരിയെ അന്വേഷിച്ചാൽ എന്താണ് പറയുക.

പടികടന്ന് ഓടിവരുന്ന ഷുക്കൂറിനെ കണ്ടപ്പോൾ അവർക്ക് ആശ്വാസമായി. ഷുക്കൂറിന് എന്തെങ്കിലും വിവരം തരാൻ കഴിയും! അവന്റെ കൂടെയായിരുന്നു അലാവുദ്ദീൻ ശിക്കാറിന് പോയത്.

കൊട്ടാരത്തിന്റെ സ്ഥാനത്ത് പഴയ വീടും ആ വീടിന്റെ ഉമ്മറത്തിരിക്കുന്ന അലാവുദ്ദീന്റെ ഉമ്മയേയും കണ്ടപ്പോൾ ഷുക്കൂറിന്റെ മനസ്സും വേദനിച്ചു.

“ഷുക്കൂറേ മോനേ, ഇത് കണ്ടില്ലേ. എല്ലാം പോയി.”

അലാവുദ്ദീന്റെ ഉമ്മ പറഞ്ഞു.

“കുമാരി എവിടെ ഉമ്മാ?“

ഷുക്കൂർ ചോദിച്ചു.

“എനിക്കറിയില്ല ഷുക്കൂറേ. ഞാൻ എല്ലായിടവും നോക്കി. രാവിലെ എണീറ്റ് നോക്കിയപ്പോൾ കൊട്ടാരവും പൂന്തോട്ടവും ഒന്നും ഇല്ല. ഞാൻ കിടക്കുന്നത് ആ പഴയ വീട്ടിലാണ്. ഇത് കണ്ടില്ലേ, എന്റെ വസ്ത്രങ്ങൾ പോലും പഴയത് തന്നെ.”

“എന്തോ ചതി നടന്നിട്ടുണ്ട് ഉമ്മാ. ആ അത്ഭുതവിളക്ക് ആരോ കൈക്കലാക്കിയിട്ടുണ്ട്!”

“എവിടെ ഷുക്കൂറേ അലാവുദ്ദീൻ?”

അലാവുദ്ദീന്റെ ഉമ്മ ചോദിച്ചു.

“അലാവുദ്ദീനെ ബാദുഷയുടെ പട്ടാളക്കാര് പിടിച്ചു കൊണ്ടുപോയി.”

ഷുക്കൂർ പറഞ്ഞു.

"പടച്ചതമ്പുരാനേ! കുമാരി എവിടെ എന്ന് ബാദുഷ ചോദിച്ചാൽ എന്റെ മകൻ എന്താണ് സമാധാനം പറയുക! അലാവുദ്ദീനെ ബാദുഷ തുറുങ്കിലടയ്ക്കില്ലേ! എന്തുതെറ്റ് ചെയ്തിട്ടാണ് എന്റെ മോനെ അവര് പിടിച്ചുകൊണ്ടുപോയത്?"

"എനിക്ക് ഒന്നും മനസ്സിലാവുന്നില്ല ഉമ്മാ! ശിക്കാറ് കഴിഞ്ഞ് ഞങ്ങൾ തിരിച്ചുവരുമ്പോഴാണ് കുറച്ചു ഭടന്മാർ എതിരെ വന്നത്. ഞങ്ങൾ വിചാരിച്ചു കാട്ടുകൊള്ളക്കാരാണെന്ന്. പിന്നെയാണ് മനസ്സിലായത് ബാദുഷയുടെ കല്പനപ്രകാരം വന്ന പട്ടാളക്കാരാണെന്ന്!"

"കുമാരിക്ക് എന്താണ് പറ്റിയത്? ഒന്നും മനസ്സിലാവുന്നില്ലല്ലോ ഷുക്കൂറെ. പടച്ച തമ്പുരാനേ എന്റെ മക്കൾക്ക് ഒരാപത്തും വരുത്തല്ലേ!"

"ഉമ്മ ബേജാറാവാണ്ടിരിക്ക്. എന്തെങ്കിലും വഴി തെളിയാതിരിക്കില്ല!"

"എല്ലാം പോയില്ലേ ഷുക്കൂറെ! ഇനി എന്ത് വഴി തെളിയാനാണ്. പട്ടിണിയാണെങ്കിലും മാനം മര്യാദയായി ജീവിച്ചുകൊണ്ടിരുന്നതായിരുന്നില്ലേ! എവടെയാണ് ഷുക്കൂറെ തെറ്റുപറ്റിയത്. കൈ നെറയെ എല്ലാം തന്ന് സഹായിച്ച പടച്ചതമ്പുരാന് ഒക്കെ തിരിച്ചെടുക്കാൻ അധികനേരമൊന്നും വേണ്ടാന്ന് ആലോചിച്ചില്ല. അത് തെറ്റ് തന്നെയാണ്. എന്റെയും അലാവുദ്ദീന്റെയും മനസ്സിൽ അഹങ്കാരത്തിന്റെ ഒരു തരിയെങ്കിലും വന്നുപോയിട്ടുണ്ടാവോ ഷുക്കൂറേ?"

"അതൊക്കെ ഉമ്മാക്ക് വെറുതെ തോന്നുന്നതാണ്!"

"അല്ല ഷുക്കൂറെ, കുറച്ച് കൂടിപ്പോയീന്ന് എനിക്ക് ഇപ്പോൾ തോന്നുന്നുണ്ട്. ഇത് പടച്ചതമ്പുരാന്റെ പരീക്ഷണം തന്നെയാണ്. കണ്ണടച്ച് തുറക്കുന്ന നേരംകൊണ്ട് എല്ലാം വാരിക്കോരിതന്ന്. അതേപോലെ തിരിച്ചെടുക്കുകയും ചെയ്ത്."

"പരീക്ഷണമാണെന്ന് തന്നെ കരുതിയാൽ മതി ഉമ്മാ. ആ പരീക്ഷണത്തിൽ അലാവുദ്ദീൻ വിജയിക്കുക തന്നെ ചെയ്യും."

"ഒന്നും വേണ്ടായിരുന്നു. എന്റെ മക്കൾക്ക് ഒരാപത്തും വരാതിരുന്നാൽ മതിയായിരുന്നു."

അലാവുദ്ദീന്റെ ഉമ്മ വിലപിച്ചുകൊണ്ടിരുന്നു.

**മ**ന്ത്രവാദി രാജകുമാരിയുടെ അടുത്ത് നിന്ന് ഇറങ്ങി നേരെപോയത് അത്ഭുതവിളക്കിന്റെ അടുത്തേക്കായിരുന്നു.

അയാളുടെ മുഖത്ത് നിന്ന് അപ്പോഴും ദേഷ്യം മാഞ്ഞുപോയിട്ടില്ലായിരുന്നു.

അയാൾ വിളക്ക് കൈയിലെടുത്ത് മഹാസിർ ഭൂതത്തെ വരുത്തി. ഭൂതം അയാൾക്കുമുമ്പിൽ പ്രത്യക്ഷപ്പെട്ടു.

"യജമാനൻ, എന്തുവേണം കല്പിച്ചാലും!"

"മഹാസിർ എനിക്ക് അവനെ വേണം! അലാവുദ്ദീനെ! ബാദുഷായുടെ തടവുമുറിയിൽ നിന്ന് അവനെ ഇവിടെ എന്റെ തടവറയിലെത്തിക്കണം."

മന്ത്രവാദി കല്പിച്ചു.

"എത്തിക്കാം യജമാനൻ."

അകലെ ആകാശത്തോളം ഉയർന്നുനിൽക്കുന്ന കുന്നിൻമുകളിലേക്ക് കൈ ചൂണ്ടിയിട്ട് മന്ത്രവാദി പറഞ്ഞു.

"ആ കാണുന്ന കുന്നിൻമുകളിൽ ഒരു കൂറ്റൻ കൽത്തുറുങ്ക് പണിയണം. അതിനകത്ത് ബന്ധനസ്ഥനായിരിക്കണം അലാവുദ്ദീൻ."

"അങ്ങനെയാവാം യജമാനൻ."

"അലാവുദ്ദീനെ ഞാൻ ഒരു പാഠം പഠിപ്പിക്കും. അതിനുശേഷം അവനെ ഞാൻ എന്റെ സഹോദരി രുക്സാനയ്ക്കു നൽകും. വഞ്ചകനാണെങ്കിലും അവൻ സുന്ദരനാണ്! രുക്സാനയ്ക്ക് അനുയോജ്യനാണ്! പോകൂ മഹാസിർ! അലാവുദ്ദീനെ കൽത്തുറുങ്കിലടച്ച് വരൂ."

മഹാസിർ നിമിഷങ്ങൾ കൊണ്ട് അപ്രത്യക്ഷനായി.

കൈയിലിരിക്കുന്ന അത്ഭുതവിളക്കിൽ നോക്കി മന്ത്രവാദി പൊട്ടിച്ചിരിച്ചു.

"ഈ ലോകം കീഴടക്കാനുള്ള ചെങ്കോൽ, ഇതാ എന്റെ കൈയിൽ."

മന്ത്രവാദിയുടെ ചിരി കൊട്ടാരത്തിന്റെ അകത്തളങ്ങളിൽ മുഴങ്ങി.

## പത്തൊൻപത്

**നി**മിഷങ്ങൾകൊണ്ട് കുന്നിൻമുകളിൽ ഒരു കൂറ്റൻ കൽത്തുറുങ്ക് പടുത്തുയർത്തപ്പെടുന്നത് മന്ത്രവാദി കണ്ടു.

അതിനുള്ളിലെ കാരാഗ്രഹത്തിൽ ബന്ധസ്ഥനായി കിടപ്പുണ്ടാവും അലാവുദ്ദീൻ. എത്ര ആനന്ദകരമായ കാഴ്ചയായിരിക്കും അത്. മന്ത്രവാദി ഓർത്തു.

സന്തോഷംകൊണ്ട് മന്ത്രവാദിയുടെ മുഖം വികസിച്ചു.

പക്ഷേ തടവറയിലാണെങ്കിലും അലാവുദ്ദീൻ അപകടകാരിയാണെന്നായിരുന്നു അയാളുടെ വിശ്വാസം.

ലോകം കീഴടക്കിയ താൻ സുഖലോലുപനായി ജീവിക്കുമ്പോൾ അലാവുദ്ദീൻ ഈ ഭൂമിയിൽ ജീവനോടെ ഉണ്ടാവാൻ പാടില്ല. അതു കൊണ്ട് അലാവുദ്ദീനെ ഇല്ലാതെയാക്കണം. അയാൾ തീരുമാനിച്ചു.

അയാളുടെ സന്തോഷം ക്രമേണെ ദേഷ്യമായി മാറി.

രുക്സാന അവിടേക്ക് വന്നതുപോലും അയാൾ അറിഞ്ഞില്ല.

"സഹോദരാ! അങ്ങ് ഇത്രമാത്രം സന്തോഷവാനായ ഒരു ദിവസം ഞാൻ കണ്ടിട്ടില്ല."

രുക്സാന പറഞ്ഞു.

അമർഷം മറച്ചുവെച്ച് മുഖത്ത് പ്രസാദം വരുത്തിയിട്ട് അയാൾ പറഞ്ഞു.

"ശരിയാണ് രുക്സാനാ. എന്നെപ്പോലെ സന്തോഷിക്കുന്നവൻ ഈ ഭൂമിയിൽ ആരും ഉണ്ടാവില്ല! ലോകം കീഴടക്കിയതിന്റെ സന്തോഷമാണ് എനിക്ക്. ആദ്യം അത്ഭുതവിളക്ക്! പിന്നെ ബാദുഷാകുമാരി! അങ്ങനെ എല്ലാം ഒരു വിരൽത്തുമ്പിൽ. രുക്സാനാ നിന്റെ സമർത്ഥമായ ഇടപെടലാണ് എന്റെ വിജയത്തിനും കാരണം. അതുകൊണ്ടാണ് വിലമതിക്കാനാവാത്ത ഒരു സമ്മാനം നിനക്ക് കാഴ്ചവെക്കാമെന്ന് ഞാൻ വാക്കു പറഞ്ഞത്! നിനക്ക് കാണെണ്ടേ അലാവുദ്ദീനെ?"

രുക്സാനയുടെ മനസ്സ് അലാവുദ്ദീനെ കാണാൻ വെമ്പൽ കൊണ്ടു.

"എവിടെ അലാവുദ്ദീൻ?"

അവൾ ആകാംക്ഷയോടെ ചോദിച്ചു.

"അതാ അവിടെ, അവനുവേണ്ടി പ്രത്യേകം നിർമ്മിച്ച കരിങ്കൽ കൊട്ടാരത്തിൽ."

മലമുകളിലേക്ക് വിരൽ ചൂണ്ടിയിട്ട് മന്ത്രവാദി പറഞ്ഞു.

"രുക്സാനാ, അവൻ സുന്ദരനാണ്. നീയെന്നല്ല ഏത് പെണ്ണും അവനെ മോഹിക്കും."

മന്ത്രവാദി പറഞ്ഞു.

"എനിക്ക് അലാവുദ്ദീനെ കാണണം."

രുക്സാന പറഞ്ഞു.

"കാണാം. ഇനി എന്നും നിനക്കവനെ കണ്ടുകൊണ്ടിരിക്കാം. അവന്റെ അടുത്തേക്ക് പോകാം നമുക്ക്. കണ്ണടച്ചോളൂ."

നിമിഷനേരം കൊണ്ട് രുക്സാനയും മന്ത്രവാദിയും അലാവുദ്ദീനെ തടവിൽ പാർപ്പിച്ചിരിക്കുന്ന കരിങ്കൽകോട്ടയുടെ അകത്തളത്തിലെത്തി. കരിങ്കൽപാളികൾ കൊണ്ട് പ്രത്യേകരീതിയിൽ നിർമ്മിച്ചതായിരുന്നു

കോട്ട. രുക്സാനയെപ്പോലും ഭയപ്പെടുത്തുന്ന തരത്തിലായിരുന്നു കോട്ട യുടെ അകത്തളങ്ങൾ.

കരിങ്കൽകോട്ടക്കകത്തെ കാരാഗൃഹത്തിൽ ബന്ധനസ്ഥനായിരുന്നു അലാവുദ്ദീൻ. അങ്ങനെ ഒരവസ്ഥയിൽ അലാവുദ്ദീനെ കാണേണ്ടിവരു മെന്ന് രുക്സാന പ്രതീക്ഷിച്ചിട്ടുണ്ടായിരുന്നില്ല.

കാരാഗൃഹത്തിൽ അവശനാണെങ്കിലും അലാവുദ്ദീൻ രുക്സാനയെ അത്ഭുതപ്പെടുത്തി. അത്രയും സുന്ദരനായ ഒരു യുവാവിനെ അവൾ ആദ്യ മായിട്ട് കാണുകയായിരുന്നു.

"സഹോദരാ, അലാവുദ്ദീനെ ഇങ്ങനെ ഒരു തടവുകാരനായി കാണാൻ എനിക്ക് കഴിയില്ല. തടവറകളുടെ വാതിലുകൾ തുറന്നിടൂ! അവനെ ബന്ധ നത്തിൽ നിന്ന് മോചിപ്പിക്കൂ."

രുക്സാന പറഞ്ഞു.

"ശരി. രുക്സാന പറഞ്ഞതുപോലെ ഞാൻ അലാവുദ്ദീനെ മോചിപ്പി ക്കുകയാണ്. എന്നിട്ട് നിന്റെ കൈകളിൽ ഏൽപ്പിക്കുന്നു."

മന്ത്രവാദി കാരാഗൃഹത്തിന്റെ വാതിലുകൾ തുറന്നിട്ടുകൊണ്ട് പറഞ്ഞു.

"അലാവുദ്ദീൻ, സുഹൃത്തേ! ഇറങ്ങിവരൂ. താങ്കൾ ഇപ്പോൾ സ്വതന്ത്ര നാണ്."

തന്റെ മുമ്പിൽ ഇളംചിരിയുമായി നിൽക്കുന്ന മന്ത്രവാദിയെ കണ്ടപ്പോൾ അലാവുദ്ദീന്റെ ഉള്ളിൽ ദേഷ്യം ഇരച്ചുകയറി.

"എന്നെ മനസ്സിലായില്ലേ അലാവുദ്ദീൻ? ഞാൻ നിന്റെ എളേപ്പയാണ്! ഓർക്കുന്നില്ലേ നീ?"

മന്ത്രവാദി ചോദിച്ചു.

"എളേപ്പ...! നീ ദുഷ്ടനായ മന്ത്രവാദിയാണ്. നീ എന്നെയും ഉമ്മ യെയും കഥകൾ പറഞ്ഞ് വഞ്ചിച്ചു. എന്നെ ഗുഹയിലിട്ട് കൊല്ലാൻ ശ്രമിച്ചു. എന്റെ ഉമ്മയുടെ പ്രാർത്ഥനയാണ് എന്നെ രക്ഷിച്ചത്."

അലാവുദ്ദീൻ പറഞ്ഞു.

അതുകേട്ട് മന്ത്രവാദി പൊട്ടിച്ചിരിച്ചു.

"അതെ, നിന്നെ കൊന്നുകളയണമെന്നുതന്നെയായിരുന്നു എന്റെ തീരുമാനം. പക്ഷേ നീ രക്ഷപ്പെട്ടു. അത് എന്റെശ്രദ്ധക്കുറവുകൊണ്ടാ യിരുന്നു. മാന്ത്രികമോതിരവും അത്ഭുതവിളക്കും ഞാൻ തിരിച്ചെടുത്തു രിക്കുന്നു. പക്ഷേ നീ സുന്ദരനായ വിഡ്ഢിയാണ് അലാവുദ്ദീൻ! അത്ഭുത വിളക്ക് കൊണ്ട് നേടിയതെല്ലാം അതേ വേഗതയിൽ നഷ്ടപ്പെട്ടില്ലേ നിനക്ക്?"

ശരിയാണ്. കണ്ണടച്ചുതുറക്കുന്ന സമയം കൊണ്ട് എന്തെല്ലാം നേട്ട ങ്ങളായിരുന്നു കൈവരിച്ചത്. ആഗ്രഹിക്കുന്നതെല്ലാം നേടിയെടുക്കാൻ കഴിഞ്ഞിരുന്നു. അതിശയിപ്പിക്കുന്ന കൊട്ടാരവും വിശ്വസുന്ദരിയായ ബാദുഷാകുമാരിയും സ്വന്തമായിരുന്നു. പക്ഷേ എത്രപെട്ടെന്നാണ് എല്ലാം കൈവിട്ടുപോയത്! ഇപ്പോൾ നിസ്സഹായനായ അലാവുദ്ദീനാണ് താൻ.

തന്നെ തടവിലാക്കിയതുപോലെ ബാദുഷാകുമാരിയെയും ഈ കരിങ്കൽകെട്ടിനുള്ളിൽ അടച്ചിട്ടിട്ടുണ്ടാകും അയാൾ.

"എന്റെ ബാദുഷാകുമാരി എവിടെ?"

അലാവുദ്ദീൻ ചോദിച്ചു.

"നീ ശരിക്കും വിഡ്ഢി തന്നെ അലാവുദ്ദീൻ. ബാദുഷാകുമാരി ഇനി മുതൽ നിന്റേതല്ല. കുമാരി എന്റെ കൂടെയുണ്ട്. എന്റെ കിടപ്പുമുറിയിൽ എന്റെ പ്രിയപത്നിയായിട്ട്."

മന്ത്രവാദി പറഞ്ഞു.

"ഇല്ല. അതിന് ഞാൻ അനുവദിക്കില്ല."

അലാവുദ്ദീൻ പറഞ്ഞു.

"നിന്റെ അനുവാദം ആർക്കുവേണം അലാവുദ്ദീൻ? അല്ലെങ്കിലും നിസ്സഹായനായ നിനക്ക് ഇനി എന്ത് ചെയ്യാൻ കഴിയും. നിനക്ക് ഞാൻ ഒരു നല്ല ജീവിതം തരാൻ പോവുകയാണ്. ഇത് ആരാണെന്നറിയുമോ? എന്റെ സഹോദരി രുക്സാന."

രുക്സാനയെ ചേർത്തുനിർത്തിയിട്ട് മന്ത്രവാദി പറഞ്ഞു.

"ഇന്നുമുതൽ നീ രുക്സാനയുടെ സ്വന്തമാണ്. നിങ്ങൾ ഒരുമിച്ച് ജീവിച്ചുകൊള്ളുക. നിന്നെ അത്രമാത്രം സ്നേഹിക്കുന്നു രുക്സാന."

മന്ത്രവാദി പറഞ്ഞു.

"ഇല്ലാ ഞാൻ ബാദുഷാകുമാരിയുടേതാണ്. ഞാൻ കുമാരിയോടൊപ്പ മാണ് ജീവിക്കേണ്ടത്."

അലാവുദ്ദീൻ പറഞ്ഞുകൊണ്ടിരുന്നു.

"അലാവുദ്ദീൻ വീണ്ടും വിഡ്ഢിത്തം പറയാതിരിക്കൂ."

"എവിടെ എന്റെ ഉമ്മ? അവരെയും നീ ഏതെങ്കിലും കൽത്തുറുങ്കിൽ അടച്ചിട്ടിരിക്കുകയാണോ?"

"പാവം ഉമ്മ! അവർ ഇപ്പോഴും നിന്റെ ആ പഴയ കൊച്ചുവീട്ടിൽ സമാധാനത്തോടെ ഇരിക്കുന്നുണ്ടാവും. രുക്സാനാ, ഇതാ അലാവുദ്ദീൻ. കൂടെ കൊണ്ടുപൊയ്ക്കൊള്ളുക."

മന്ത്രവാദി പറഞ്ഞു.

# ഇരുപത്

**കാ**രാഗൃഹത്തിൽ നിന്ന് മോചിപ്പിക്കപ്പെട്ട അലാവുദ്ദീൻ നിസ്സഹായ നായിരുന്നു. താൻ കഴിവുകളെല്ലാം നഷ്ടപ്പെട്ടവനാണെന്ന് അവൻ തിരി ച്ചറിഞ്ഞിരുന്നു. അതുകൊണ്ട് രുക്സാനയോടൊപ്പം പോവുക മാത്രമേ അവന് നിർവ്വാഹമുണ്ടായിരുന്നുള്ളൂ.

അലാവുദ്ദീൻ ഇനി അടങ്ങിയിരിക്കുകയില്ലെന്ന് തന്നെയായിരുന്നു മന്ത്രവാദിയുടെ വിശ്വാസം. അത്ഭുതവിളക്ക് വീണ്ടെടുക്കുന്നതിനുള്ള വഴികൾ അവൻ അന്വേഷിച്ചുകൊണ്ടേയിരിക്കും.

അതുകൊണ്ട് എത്രയും വേഗംഅലാവുദ്ദീനെ അവസാനിപ്പിക്കുക യാണ് വേണ്ടത്.

മന്ത്രവാദി തീർച്ചപ്പെടുത്തി.

അലാവുദ്ദീൻ, രുക്സാനയോടൊപ്പമുള്ള നിന്റെ ആദ്യരാത്രിയാണിത്! അവസാനത്തേതും.

മന്ത്രവാദി സ്വയം പറഞ്ഞുകൊണ്ടിരുന്നു.

അയാൾ അത്ഭുതവിളക്ക് കൈയിലെടുത്ത് മഹാസിർ ഭൂതത്തെ പ്രത്യക്ഷപ്പെടുത്തി.

"മഹാസിർ കണ്ടില്ലേ എന്റെ ആഗ്രഹങ്ങൾ ഓരോന്നായി പൂർത്തീ കരിക്കപ്പെടുന്നത്! എല്ലാം എന്റെ വിരൽത്തുമ്പിലാണ് ഇപ്പോൾ. പക്ഷേ, അലാവുദ്ദീൻ ജീവിച്ചിരിക്കുന്നിടത്തോളം കാലം എനിക്ക് സ്വസ്ഥതയു ണ്ടാവില്ല. അതുകൊണ്ട് ഈ ഒരു രാത്രി അവസാനിക്കുന്നതോടെ അവന്റെ ജീവിതവും അവസാനിക്കണം. അവനെ ഇല്ലാതെയാക്കേണ്ടത് മഹാസിർ നിന്റെ ഉത്തരവാദിത്തമാണ്."

മന്ത്രവാദി പറഞ്ഞു.

"ക്ഷമിക്കണം യജമാനൻ. ഞങ്ങൾ ഭൂതങ്ങൾക്ക് ആരുടെയും ജീവ നെടുക്കാൻ അവകാശമില്ല. മനുഷ്യരെപ്പോലെ സ്വാർത്ഥരോ ക്രൂര മനസ്സിന്റെ ഉടമകളോ അല്ല ഭൂതങ്ങൾ!"

മഹാസിർ പറഞ്ഞു. പക്ഷേ മന്ത്രവാദിക്ക് അത് ഇഷ്ടപ്പെട്ടില്ല.

"മഹാസിർ നീ എന്റെ അടിമയാണ്. ഞാൻ ആവശ്യപ്പെടുന്നതെന്തും സാധിപ്പിച്ചുതരേണ്ടവനാണ്."

"ക്ഷമിക്കണം യജമാനൻ. മനുഷ്യന്റെ ജീവൻ ഒഴിച്ച് എന്തും ആവശ്യ പ്പെടാം. ഭൂതങ്ങളും ദൈവത്തിന്റെ സൃഷ്ടികളാണ്. കൊടുത്ത ജീവൻ തിരിച്ചെടുക്കാൻ ദൈവത്തിനുമാത്രമേ അവകാശമുള്ളൂ."

തന്റെ നിർദ്ദേശം പാലിക്കാൻ മഹാസിർ തയ്യാറല്ലെന്ന് മന്ത്രവാദിക്ക് മനസ്സിലായി. മഹാസിർ പിന്മാറിയെങ്കിലും തന്റെ തീരുമാനത്തിന് ഒരു മാറ്റവും ഉണ്ടാവാൻ പോകുന്നില്ലെന്ന് മന്ത്രവാദി ഉറപ്പിച്ചു.

“മഹാസിർ എങ്കിൽ എനിക്ക് കുറച്ച് പഴങ്ങൾ എത്തിച്ചുതരൂ. കാഴ്ചയിൽ ഏറെ ഭംഗിയുള്ളതും അതുപോലെത്തന്നെ സ്വാദുള്ളതുമായിരിക്കണം! എന്റെ സഹോദരിക്കും അവളുടെ പ്രിയതമനും ഈ രാത്രിയിൽ കാഴ്ചവെക്കാനുള്ളതാണ്.”

മന്ത്രവാദി പറഞ്ഞു.

നിമിഷങ്ങൾകൊണ്ട് മഹാസിർ ഭൂതം മന്ത്രവാദി ആവശ്യപ്പെട്ടതുപോലെ മനോഹരവും സ്വാദിഷ്ഠവുമായ പഴങ്ങൾ എത്തിച്ചുകൊടുത്തു.

പഴങ്ങൾ ഓരോന്നും കൈയിലെടുത്ത് അതിൽ മാരകമായ വിഷം കുത്തിവെച്ചു മന്ത്രവാദി. പഴത്തിൽ നിന്ന് ഒരു മണിത്തൂക്കം വായിലെത്തിയാൽ ശരീരത്തിലാകെ പടർന്നുപിടിക്കാനുള്ള ശക്തിയുണ്ടായിരുന്നു അതിൽ നിറച്ച വിഷത്തിന്.

അലാവുദ്ദീനെ ഉദ്ദേശിച്ച് മാത്രമായിരുന്നില്ല മന്ത്രവാദി പഴങ്ങളിൽ വിഷം നിറച്ചത്. അലാവുദ്ദീനോടൊപ്പം രുക്സാന കൂടി ഇല്ലാതാകണം. അതായിരുന്നു അയാളുടെ തീരുമാനം.

അലാവുദ്ദീൻ നഷ്ടപ്പെട്ടാൽ രുക്സാന വലിയ അപകടകാരിയായി മാറും. അലാവുദ്ദീന്റെ മരണം അവൾക്ക് താങ്ങാവുന്നതിലും വലുതായിരിക്കും. അത് രുക്സാനയെ പ്രതികാരദുർഗ്ഗയാക്കും. അതുകൊണ്ട് രണ്ടുപേരും ഒരേസമയം ഈ ലോകത്തുനിന്ന് യാത്രയാവണം.

മന്ത്രവാദി തീരുമാനിച്ചു.

അയാൾ പരിചാരകനെ വിളിച്ച് അലാവുദ്ദീന്റെയും രുക്സാനയുടെയും മണിയറയിലേക്കുള്ള പഴങ്ങൾ കൊടുത്തയച്ചു.

രുക്സാനയുടെ മണിയറ വളരെ ഭംഗിയായി അലങ്കരിച്ചിട്ടുണ്ടായിരുന്നു.

പക്ഷേ, എല്ലാ സൗഭാഗ്യങ്ങൾക്കിടയിലും അലാവുദ്ദീൻ ദുഃഖിതനായിരുന്നു. അത് രുക്സാനയുടെ മനസ്സിനെയും വേദനിപ്പിച്ചു.

രുക്സാന അലാവുദ്ദീന്റെ അടുത്തേക്ക് ചെന്നു.

“അലാവുദ്ദീൻ, നിനക്കെന്താണ് സന്തോഷമില്ലാത്തത്? ഞാൻ നിന്നെ തടവറയിൽ നിന്ന് മോചിപ്പിച്ചത് ഇങ്ങനെ വേദനിച്ചിരിക്കാനായിരുന്നില്ല. നീ ഇപ്പോൾ എന്റെ സഹോദരന്റെ തടവുകാരനല്ല. പൂർണ്ണസ്വതന്ത്രനാണ്!”

രുക്സാന പറഞ്ഞു.

“സഹോദരീ...!”

അലാവുദ്ദീൻ രുക്സാനയെ വിളിച്ചു. അതു കേട്ട് രുക്സാന ഞെട്ടി. അങ്ങനെ ഒരു വിളി അവനിൽനിന്ന് അവൾ പ്രതീക്ഷിച്ചിട്ടുണ്ടായിരുന്നില്ല.

“അലാവുദ്ദീൻ നീ എന്നെ അങ്ങനെ വിളിക്കരുത്. ഞാൻ നിന്റെ സഹോദരിയല്ല. നീ എന്നെ പേര് വിളിച്ചാൽ മതി.”

രുക്സാന പറഞ്ഞു.

"പക്ഷേ എനിക്ക് സഹോദരീ എന്നേ വിളിക്കാൻ കഴിയുകയുള്ളൂ!"

"അലാവുദ്ദീൻ പഴയതെല്ലാം നീ മറക്കണം. ആ പഴയ ജീവിതത്തിലേക്ക് തിരിച്ചുപോകാൻ ഇനി ഒരിക്കലും നിനക്ക് സാധിക്കുകയില്ല. നമ്മൾ ഒരു പുതിയ ജീവിതം തുടങ്ങാൻ പോവുകയാണ്."

"ക്ഷമിക്കണം സഹോദരീ! ഇനി ഒരു പുതിയ ജീവിതം എനിക്ക് കഴിയില്ല. ഞാൻ ജീവനുതുല്യം സ്നേഹിക്കുന്ന ബാദുഷാകുമാരിയെ ഒഴിവാക്കി മറ്റൊരു ജീവിതം എനിക്ക് സാധ്യമല്ല."

"പക്ഷേ, അലാവുദ്ദീൻ, ബാദുഷാകുമാരിയെ ഇനി ഒരിക്കലും നിനക്ക് ലഭിക്കുകയില്ല. ബാദുഷാകുമാരി ഇപ്പോൾ എന്റെ സഹോദരന്റെ പ്രിയപത്നിയാണ്."

"കുമാരിയുടെ ശരീരം മാത്രമേ അയാളുടെ കൂടെ ഉണ്ടാവുകയുള്ളൂ. കുമാരിയുടെ മനസ്സ് നിറയെ ഈ അലാവുദ്ദീനോടുള്ള സ്നേഹമാണ്. മരണത്തിനു മാത്രമേ ഞങ്ങളെ വേർപ്പെടുത്താൻ കഴിയുകയുള്ളൂ."

അലാവുദ്ദീൻ പറഞ്ഞു.

അലാവുദ്ദീനും ബാദുഷാകുമാരിയും തമ്മിലുള്ള സ്നേഹം എത്ര മാത്രം സുദൃഢമാണെന്ന് രുക്സാനയ്ക്ക് മനസ്സിലായി. പക്ഷേ ബാദുഷാകുമാരിയെപ്പോലെത്തന്നെ താനും അലാവുദ്ദീനെ സ്നേഹിക്കുന്നു. തനിക്കും അവനെ മറക്കാനാവില്ല.

"അലാവുദ്ദീൻ, ഒരിക്കലും നടക്കാത്ത പ്രതീക്ഷകൾകൊണ്ട് ആർക്കാണ് പ്രയോജനം? സ്നേഹിക്കാൻ കഴിയുന്നില്ലെങ്കിൽ നിനക്ക് എന്നോട് സഹതാപമെങ്കിലും തോന്നുന്നില്ലേ?"

രുക്സാന വിനീതയായി ചോദിച്ചു.

"സഹതാപം മാത്രമല്ല രുക്സാനാ. താങ്കളെപ്പറ്റി ആലോചിക്കുമ്പോൾ വേദനയും തോന്നുന്നുണ്ട്. പക്ഷേ താങ്കൾ എന്നും എനിക്ക് സഹോദരി മാത്രമായിരിക്കും. നമ്മെ സ്നേഹിക്കുന്നവരോടൊപ്പമല്ലേ നമ്മൾ ജീവിക്കേണ്ടത്!"

അലാവുദ്ദീന്റെ തീരുമാനത്തിന് മാറ്റമൊന്നും ഉണ്ടാകാൻ പോകുന്നില്ലെന്ന് രുക്സാനയ്ക്ക് മനസ്സിലായി. അവരുടെ സ്നേഹത്തിനു മുമ്പിൽ ഒരു തടസ്സമായി നിൽക്കുന്നത് ശരിയല്ല. അതുകൊണ്ട് തന്റെ സ്വപ്നങ്ങളും ആഗ്രഹങ്ങളും അതേപോലെ മറക്കുന്നതാണ് നല്ലത്.

രുക്സാന തീരുമാനിച്ചു.

"അലാവുദ്ദീൻ, ഞാൻ ഈ നിമിഷം മുതൽ നിന്റെ സഹോദരിയാണ്. ബാദുഷാകുമാരിയെ അലാവുദ്ദീന് തിരിച്ചുകിട്ടാനുള്ള എല്ലാ സഹായങ്ങളും ഞാൻ ചെയ്തുതരാം! നിങ്ങൾ തന്നെയാണ് ഒന്നിച്ചു ജീവിക്കേണ്ടത്."

രുക്സാന പറഞ്ഞു. അലാവുദ്ദീന്റെ കണ്ണുകൾ സന്തോഷം കൊണ്ട് വികസിച്ചു. അവിശ്വസനീയമായതെന്തോ കേട്ടതുപോലെയാണ് അവന് തോന്നിയത്.

മന്ത്രവാദിയുടെ സഹോദരിയാണെങ്കിലും രുക്സാനയുടെ മനസ്സ് എത്ര ശുദ്ധമാണ്.

"അലാവുദ്ദീൻ വരൂ! നമുക്ക് ഭക്ഷണം കഴിക്കാം."

രുക്സാന പറഞ്ഞു.

"എനിക്ക് വിശപ്പില്ല."

അലാവുദ്ദീൻ പറഞ്ഞു

"അലാവുദ്ദീൻ നിന്റെ സഹോദരിയല്ലേ വിളിക്കുന്നത്?"

"എങ്കിൽ ആ പഴങ്ങളിൽ ഒന്ന് തന്നേക്കൂ. അത് മതി എനിക്ക്."

"വേണ്ട. എന്റെ തോഴിമാർ കൊണ്ടുവെച്ച പാനീയമുണ്ട്. അത് മതി നമുക്ക്. നോക്കൂ അലാവുദ്ദീൻ ആ പഴങ്ങൾ എത്രമാത്രം മനോഹരമാണെന്ന്. ഭംഗിപോലെ തന്നെ സ്വാദിഷ്ഠവുമാണ്. എന്റെ സഹോദരൻ

നമുക്കായി പ്രത്യേകം കൊടുത്തയച്ചതാണ്. പക്ഷേ അതിനകത്ത് കൊടും വിഷം നിറച്ചിട്ടുണ്ടെന്ന് ഞാൻ സംശയിക്കുന്നു."

രുക്സാന പറഞ്ഞു.

"താങ്കൾ എന്താണ് പറയുന്നത്?"

അലാവുദ്ദീൻ അത്ഭുതത്തോടെ ചോദിച്ചു.

"അതെ അലാവുദ്ദീൻ! എന്റെ സഹോദരനെ നിനക്കറിയില്ല. ആ അത്ഭുതവിളക്കുകൊണ്ട് എല്ലാം നേടിയെടുത്തു എന്ന അഹങ്കാരമുണ്ട് അയാൾക്ക്. എന്നെയും പേടിയാണ്. ആ വിളക്ക് തട്ടിയെടുക്കാൻ ഞാൻ ശ്രമിക്കുമോ എന്നാണ് പേടി. നമ്മൾ ജീവിച്ചിരിക്കുന്നത് അപകടമാണെന്ന് അയാൾ കരുതുന്നുണ്ടാവും. അതുകൊണ്ട് എനിക്ക് കൂടി വേണ്ടിയാണ് സഹോദരൻ ആ പഴങ്ങൾ കൊടുത്തയച്ചത്."

രുക്സാന പറഞ്ഞതെല്ലാം അവിശ്വസനീയമായി തോന്നി അലാവുദ്ദീന്.

"പക്ഷേ അലാവുദ്ദീൻ, രുക്സാനയെ വിഡ്ഢിയാക്കാൻ അയാൾക്ക് കഴിയില്ല. എന്റെ തന്ത്രങ്ങൾ ഏത് രീതിയിലായിരിക്കുമെന്നും അയാൾക്കറിയില്ല. ആ അത്ഭുതവിളക്ക് രുക്സാനയുടെ കൈകളിൽ എത്തിച്ചേരും! അലാവുദ്ദീന് പ്രിയപ്പെട്ട ബാദുഷാകുമാരിയെ ഞാൻ തിരിച്ചു തരും."

രുക്സാന പറഞ്ഞു.

"രുക്സാനയെ എനിക്ക് വിശ്വസിക്കാമോ?"

"വിശ്വസിക്കാം."

"വിളക്ക് നഷ്ടപ്പെട്ടാൽ അയാൾ പിന്നെ അടങ്ങിയിരിക്കുമോ?"

"ഇല്ല. അതോടെ അയാളുടെ സമനില തെറ്റും. പിന്നെ എന്തെല്ലാമാണ് ചെയ്യുക എന്ന് അയാൾക്ക് പോലും അറിവുണ്ടായിരിക്കില്ല. സുബോധം നഷ്ടപ്പെട്ടതുപോലെ അലഞ്ഞുതിരിയാൻ തുടങ്ങും. ആ അത്ഭുതവിളക്കും രാജകുമാരിയേയും അന്വേഷിച്ചുകൊണ്ടാവും പിന്നെ അയാളുടെ യാത്ര! ദേശങ്ങളിൽ നിന്ന് ദേശങ്ങളിലേക്ക്."

രുക്സാന പറഞ്ഞു.

"എല്ലാം മുൻകൂട്ടി കാണാൻ രുക്സാനയ്ക്ക് കഴിയുന്നു."

"പക്ഷേ, അലാവുദ്ദീൻ, അതിനുശേഷം ഒരു നിമിഷം പോലും എനിക്ക് ഇവിടെ ജീവിക്കാൻ കഴിയില്ല. അയാൾ എന്നെ അതിനനുവദിക്കില്ല."

"രുക്സാനയ്ക്ക് എന്റെ കൂടെ വരാം, എന്റെ ദേശത്തേക്ക്. അവിടെ എന്റെ സഹോദരിയായിട്ട് ജീവിക്കാം. എന്റെ ഉമ്മയുടെ മകളായിട്ട്."

അലാവുദ്ദീൻ പറഞ്ഞു.

# ഇരുപത്തിയൊന്ന്

**ദി**വസങ്ങൾ കഴിയുംതോറും ബാദുഷാകുമാരിയുടെ ശരീരം ക്ഷീണിച്ചു കൊണ്ടിരുന്നു. ക്ഷീണം കുമാരിയുടെ സൗന്ദര്യത്തേയും ബാധിക്കുന്നു ണ്ടായിരുന്നു. തോഴിമാർ ഇടയ്ക്ക് എത്തിച്ചുകൊടുക്കുന്ന പാനീയങ്ങള ല്ലാതെ മറ്റൊന്നും കുമാരി കഴിക്കുന്നുണ്ടായിരുന്നില്ല. കുമാരിയെക്കൊണ്ട് ഭക്ഷണം കഴിപ്പിക്കുന്നതിനും മനസ്സ് മാറ്റുന്നതിനും വേണ്ടി മന്ത്രവാദി പല ശ്രമങ്ങളും നടത്തിനോക്കി. പക്ഷേ എല്ലാം പരാജയപ്പെടുകയാണ് ചെയ്തത്. അലാവുദ്ദീനേയും രുക്സാനയേയും ഈ ഭൂമിയിൽ നിന്ന് തന്നെ ഇല്ലാതാക്കാൻ ശ്രമിച്ചു. അതും പരാജയപ്പെട്ടു.

പക്ഷേ ആ ഒരു പരാജയത്തിൽ മാത്രം മന്ത്രവാദി സന്തോഷിച്ചു. രുക്സാനയുടെ മരണം സംഭവിക്കാതിരുന്നത് നന്നായി എന്ന് അയാൾക്ക് തോന്നി. രുക്സാനയെ ആവശ്യമുണ്ട്. ബാദുഷാകുമാരിയുടെ മനസ്സ് മാറ്റിയെടുക്കാൻ രുക്സാനയ്ക്ക് മാത്രമേ കഴിയുകയുള്ളൂ.

മന്ത്രവാദി രുക്സാനയെ സമീപിച്ചിട്ട് ചോദിച്ചു.

"സഹോദരീ, അലാവുദ്ദീനുമൊത്തുള്ള ജീവിതം സന്തോഷകരമല്ലെ?"

"അതേ സഹോദരാ! ഞാൻ വളരെ സന്തോഷത്തിലാണ്. ഞാൻ വിചാരിച്ചതുപോലെയല്ല അലാവുദ്ദീൻ. അവൻ എന്നെ വളരെയേറെ സ്നേഹിക്കുന്നു!"

രുക്സാന പറഞ്ഞു.

പക്ഷേ സഹോദരന്റെ വരവിലും സ്നേഹത്തിലും എന്തോ ദുരുദ്ദേശം ഒളിഞ്ഞിരിക്കുന്നതുപോലെയാണ് രുക്സാനയ്ക്ക് തോന്നിയത്. ഇനി എന്ത് തന്ത്രങ്ങളുമായിട്ടായിരിക്കും സഹോദരൻ തന്റെ അടുത്ത് വന്നിരി ക്കുന്നത്.

"പക്ഷേ സഹോദരീ, ബാദുഷാകുമാരിയെ വശത്താക്കിയെടുക്കാനോ കുമാരിയുടെ സ്നേഹം പിടിച്ചുപറ്റാനോ എനിക്ക് കഴിയുന്നില്ല. കുമാരി ഭക്ഷണം പോലും കഴിക്കുന്നില്ല. അതുകൊണ്ട് കുമാരിയുടെ സൗന്ദര്യം നഷ്ടപ്പെട്ടുകൊണ്ടിരിക്കുകയാണ്. രുക്സാനാ ഒരിക്കൽ കൂടി നിന്റെ സഹായം എനിക്ക് ആവശ്യമുണ്ട്!"

മന്ത്രവാദി പറഞ്ഞു.

അത് കേട്ടപ്പോൾ രുക്സാന സന്തോഷിച്ചു.

ബാദുഷാകുമാരിയുമായി ഇടപഴകാനുള്ള സാഹചര്യമാണ് വന്ന് ചേർന്നിരിക്കുന്നത്. അത് ഉപയോഗപ്പെടുത്താൻ കഴിഞ്ഞാൽ അലാവുദ്ദീന് കൊടുത്ത വാക്ക് പാലിക്കാൻ കഴിയും!

“രുക്സാനാ, നിനക്ക് കഴിയും കുമാരിയുടെ മനസ്സ് മാറ്റിയെടുക്കാൻ!”

മന്ത്രവാദി പറഞ്ഞു.

“കഴിയും സഹോദരാ! തീർച്ചയായും കഴിയും!”

“എനിക്കറിയാം രുക്സാനാ, എന്റെ സന്തോഷമാണ് നീ ആഗ്രഹിക്കുന്നതെന്ന്!”

“അതേ എന്റെ സഹോദരൻ ഇനി അസ്വസ്ഥനാവാൻ പാടില്ല. ഞാൻ ഇതാ ഇപ്പോൾ തന്നെ കുമാരിയുടെ അടുത്തേക്ക് പോവുന്നു!”

രുക്സാന പറഞ്ഞു.

രുക്സാന ബാദുഷാകുമാരിയുടെ മുറിയിൽ കയറിച്ചെന്നപ്പോൾ കുമാരി അവിടെ തനിച്ചായിരുന്നു. കുമാരി തോഴിമാരെപ്പോലും അകറ്റി നിർത്താറായിരുന്നു പതിവ്!

“കുമാരീ”

രുക്സാന വിളിച്ചു.

ബാദുഷാ കുമാരി തിരിഞ്ഞുനോക്കി.

“ഞാൻ കഴിഞ്ഞ ദിവസം കണ്ടപ്പോൾ കുമാരി എന്തുമാത്രം സുന്ദരിയായിരുന്നു. അസൂയയോടെയായിരുന്നു ഞാൻ കുമാരിയെ നോക്കിയിരുന്നത്. ഇതാ ഇപ്പോൾ ശരീരം വല്ലാതെ ക്ഷീണിച്ചുപോയിരിക്കുന്നു. നിറവും മങ്ങിയിരിക്കുന്നു. കണ്ണുകളുടെ തിളക്കം പോലും നഷ്ടപ്പെട്ടിരിക്കുന്നു. എന്ത് മാറ്റമാണ് കുമാരിക്ക് സംഭവിച്ചിരിക്കുന്നത്!”

രുക്സാനയുടെ സാമീപ്യവും സംസാരവുമൊന്നും ബാദുഷാ കുമാരിക്ക് ഇഷ്ടപ്പെടുന്നുണ്ടായിരുന്നില്ല.

“കുമാരി എന്നെ ഓർക്കുന്നില്ലെ? ഞാൻ ഒരിക്കൽ കുമാരിയുടെ അന്തഃപുരത്തിൽ വന്നിരുന്നു. അന്നാണ് ഞാൻ കുമാരിയുടെ സൗന്ദര്യം കണ്ട് അത്ഭുതപ്പെട്ടത്. അത്യപൂർവ്വങ്ങളായ സുഗന്ധദ്രവ്യങ്ങളുമായിട്ടായിരുന്നു അന്ന് ഞാൻ വന്നത്!”

തോഴിമാർ നാടോടിസ്ത്രീയെ അകത്തേക്ക് കൂട്ടിക്കൊണ്ടുവന്നതും സുഗന്ധദ്രവ്യങ്ങൾ മാറിമാറി കൈവിരലുകളിൽ പൂശിയതും അതോടെ ഒന്നും അറിയാതെ മയങ്ങിവീണതുമെല്ലാം ബാദുഷാകുമാരിക്ക് ഓർമ്മ വന്നു.

പെട്ടെന്ന് കുമാരിയുടെ കണ്ണുകൾ ദേഷ്യംകൊണ്ട് കത്തിജ്വലിക്കാൻ തുടങ്ങി!

“നീ പിന്നെയും വന്നു!”

കുമാരി ചാടി എഴുന്നേറ്റിട്ട് ചോദിച്ചു.

“അതേ കുമാരി, വരേണ്ടി വന്നു!”

രുക്സാന ശാന്തമായി പറഞ്ഞു.

“നീ.... നീയാണ് എന്റെ എല്ലാ ദുഃഖത്തിനും കാരണം. നീയാണ് എന്റെ ജീവിതം നശിപ്പിച്ചത്!”

“സമ്മതിക്കുന്നു കുമാരി! ഞാൻ തന്നെ എല്ലാത്തിനും കാരണം. ഞാൻ മാപ്പ് ചോദിക്കുന്നു. ആ തെറ്റുകൾ തിരുത്താനാണ് ഞാൻ വന്നിരിക്കുന്നത്!”

“എനിക്ക് നിന്നെ കാണേണ്ട. കടന്നുപോകൂ ഇവിടെ നിന്ന്!”

“കുമാരീ, ഞാൻ പറയുന്നത് ശാന്തമായി കേൾക്കൂ. ഞാൻ ഇപ്പോൾ വന്നത് സുഗന്ധദ്രവ്യങ്ങൾ വില്പന നടത്തുന്ന നാടോടിസ്ത്രീയായിട്ടല്ല. മന്ത്രവാദിയുടെ സഹോദരിയായിട്ടുമല്ല. അലാവുദ്ദീന്റെ കൂടപ്പിറപ്പായിട്ടാണ്!”

അലാവുദ്ദീന്റെ പേര് കേട്ടപ്പോൾ ബാദുഷാകുമാരിയുടെ കണ്ണുകൾ തിളങ്ങി.

“എന്റെ അലാവുദ്ദീൻ എവിടെയുണ്ട്? എനിക്ക് അവനെ കാണണം!”

“അതുകൊണ്ടാണ് പറഞ്ഞത് കുമാരീ, ഞാൻ പറയുന്നത് കേൾക്കണമെന്ന്. അലാവുദ്ദീൻ എന്റെ കൂടെയുണ്ട്. അവൻ സുഖമായിരിക്കുന്നു. ബാദുഷാകുമാരിയെ ഞാൻ അലാവുദ്ദീന് തിരിച്ചു കൊടുക്കാമെന്ന് വാക്കുകൊടുത്തിരിക്കുകയാണ്. ആ വാക്ക് പാലിക്കാനാണ് ഞാൻ വന്നിരിക്കുന്നത്.”

രുക്സാന മുന്നിൽ വന്നുനിൽക്കുന്നത് ശത്രുവായിട്ടല്ലെന്ന് കുമാരിക്ക് ബോധ്യമായി.

“ആദ്യം എന്റെ സഹോദരന്റെ അടുത്ത് നിന്ന് ആ അത്ഭുതവിളക്ക് കണ്ടെടുത്ത് അലാവുദ്ദീന്റെ കൈകളിൽ ഏൽപ്പിക്കണം. പിന്നെ എല്ലാം എളുപ്പമാവും.”

രുക്സാന പറഞ്ഞു.

“ഞാൻ എന്ത് വേണമെന്ന് പറയൂ.”

ബാദുഷാകുമാരി പറഞ്ഞു.

“കുമാരിയുടെ മനസ്സ് മാറ്റിയെടുക്കുന്നതിനു വേണ്ടിയാണ് സഹോദരൻ എന്നെ അയച്ചിരിക്കുന്നത്. അതുകൊണ്ട് ഇന്ന് രാത്രി അയാൾ വരുമ്പോൾ സ്നേഹത്തോടുകൂടി പെരുമാറണം. ചെയ്തുപോയതെല്ലാം അറിവില്ലാത്തതുകൊണ്ടാണെന്ന് പറയണം. മാപ്പു ചോദിക്കണം. എന്താ കുമാരീ?”

രുക്സാന ചോദിച്ചു.

“എനിക്ക് അതിന് കഴിയുമോ?”

കുമാരി ചോദിച്ചു.

“കഴിയണം. അലാവുദ്ദീനോടൊപ്പമുള്ള ആ നല്ല ജീവിതത്തെപ്പറ്റി ഓർക്കണം. അപ്പോൾ എന്തും ചെയ്യാൻ കഴിയും?”

“ഞാൻ ചെയ്യാം.”

“ഒരാൾക്കും കണ്ടെത്താൻ കഴിയാത്ത പ്രത്യേക സ്ഥലത്തായിരിക്കും അയാൾ അത്ഭുതവിളക്ക് സൂക്ഷിച്ചുവെച്ചിട്ടുണ്ടാവുക. അത് എവിടെയാണെന്ന് കണ്ടെത്തണം. അല്ലെങ്കിൽ എന്തെങ്കിലും തന്ത്രങ്ങളിൽ കൂടെ അയാളെക്കൊണ്ട് തന്നെ ആ വിളക്ക് പുറത്തെടുപ്പിക്കണം. കുമാരിയുടെ പെരുമാറ്റങ്ങൾ കണ്ടാൽ അയാൾ അത് കുമാരിയുടെ മുമ്പിൽ എത്തിക്കുമെന്ന് എനിക്ക് ഉറപ്പുണ്ട്. അയാൾ വിഡ്ഢിയായ ഒരു മന്ത്രവാദിയാണ് കുമാരീ. ഇന്നത്തെ രാത്രികൊണ്ടുതന്നെ ആ വിളക്ക് അലാവുദ്ദീന്റെ കൈകളിൽ എത്തണം.”

രുക്സാന പറഞ്ഞു.

പതിവുപോലെ അന്ന് മന്ത്രവാദി മുറിയിൽ കയറിവന്നപ്പോൾ കുമാരി കുളിച്ചൊരുങ്ങി പുതുവസ്ത്രങ്ങളണിഞ്ഞ് നിൽക്കുകയായിരുന്നു. മന്ത്രവാദിയെ കണ്ടപ്പോൾ കുമാരി ഹൃദ്യമായി ചിരിച്ചു.

അതു കണ്ടപ്പോൾ മന്ത്രവാദിക്ക് സന്തോഷമായി.

രുക്സാനയുടെ സാമർത്ഥ്യത്തെ അയാൾ മനസ്സുകൊണ്ട് സ്തുതിച്ചു.

“കുമാരീ, ഈ ഒരു നിമിഷത്തിനുവേണ്ടി ഞാൻ എത്രദിവസങ്ങളായി കാത്തിരിക്കുന്നു. ഈ ലോകത്തുള്ള സർവ്വതും നേടിയെടുത്താലും കുമാരിയുടെ പുഞ്ചിരിക്ക് സമമാവില്ല. ഇപ്പോഴെങ്കിലും കുമാരിയുടെ മനസ്സ് മാറിയല്ലോ.”

മന്ത്രവാദി പറഞ്ഞു.

അതുകേട്ട് ബാദുഷാകുമാരി വീണ്ടും ചിരിച്ചു. ആ ചിരി അയാളെ വല്ലാതെ ആവേശഭരിതനാക്കി.

“ഈ കഴിഞ്ഞ നിമിഷം വരെ എന്റെ കൊട്ടാരം ഇരുൾമൂടി കിടക്കുകയായിരുന്നു. ഇപ്പോഴാണ് പ്രകാശം കൊണ്ട് നിറഞ്ഞത്. അതിനു കാരണം കുമാരിയുടെ ഈ ചിരിയാണ്. പറയൂ എന്താണ് കുമാരിക്കുവേണ്ടി ഇനി ഈ കൊട്ടാരത്തിൽ ഒരുക്കിത്തരേണ്ടത്? ഞാൻ ഇപ്പോൾ എന്തുമാത്രം സന്തോഷവാനാണെന്ന് അറിയാമോ?”

മന്ത്രവാദി പറഞ്ഞു.

“ഒന്നും വേണ്ട. അങ്ങയുടെ ഈ സ്നേഹം എന്നെന്നും ഉണ്ടായാൽ മതി.”

ബാദുഷാകുമാരി പറഞ്ഞു.

കുമാരിയുടെ ഹൃദ്യമായ വാക്കുകൾ കേട്ടപ്പോൾ മന്ത്രവാദിയുടെ മനസ്സ് നിറഞ്ഞു.

മന്ത്രവാദി മുറിക്കകത്തുനിന്നും പുറത്തേക്ക് പോയി രഹസ്യഅറയിൽ സൂക്ഷിച്ചുവെച്ചിരിക്കുന്ന അത്ഭുതവിളക്കുമായി തിരിച്ചുവന്നു.

"കുമാരി ഈ വിളക്കാണ് നമ്മുടെ എല്ലാ ഐശ്വര്യത്തിനും കാരണം. ഈ വിളക്കിന്റെ അടിമയായ മഹാസിർ ഭൂതത്തോട് നമുക്ക് എന്തുവേണ മെങ്കിലും ആവശ്യപ്പെടാം. ഭൂതം നമ്മുടെ അടിമയാണ്. നാം ഇപ്പോൾ ഭൂതത്തെ വിളിച്ചുവരുത്തി ആകാശപ്പല്ലക്ക് വരുത്താൻ പോവുകയാണ്. അതിൽ കയറി നിലാവുള്ള ഈ രാത്രിയിൽ പുലരും വരെ മനോഹര മായ കാഴ്ചകൾ കണ്ട് നാം ചുറ്റി സഞ്ചരിച്ചുകൊണ്ടിരിക്കും. കുമാരി എന്ത് പറയുന്നു?"

"എല്ലാം അവിടത്തെ ഇഷ്ടം."

ബാദുഷാകുമാരി പറഞ്ഞു.

മന്ത്രവാദി അത് കേട്ട് പൊട്ടിച്ചിരിച്ചു.

"ഇതാ ഈ വിളക്കിനുപുറത്ത് കുമാരിയുടെ വിരലുകൾകൊണ്ട് ഉരസിക്കോളൂ. മഹാസിർ ഭൂതം പ്രത്യക്ഷപ്പെടും."

മന്ത്രവാദി പറഞ്ഞു.

"ഇല്ല. എല്ലാം അവിടുന്ന് തന്നെ ചെയ്യുന്നതാണ് ഈയുള്ളവളുടെ സന്തോഷം."

"കുമാരീ... അത്ഭുതവിളക്ക് നമ്മുടേതാണ്. നമ്മൾ ഇപ്പോൾ രണ്ടല്ല ഒന്നാണ്. കുമാരിയുടെ ഇഷ്ടമാണ് എന്റേയും ഇഷ്ടം."

മന്ത്രവാദി അത്ഭുതവിളക്ക് കുമാരിയുടെ കൈയിൽ കൊടുത്തു.

വിളക്ക് കൈയിലെത്തിയപ്പോൾ കുമാരി അലാവുദ്ദീനെ ഓർത്തു.

ബാദുഷാകുമാരി വിളക്കിൽ വിരലുകളുരസി മഹാസിർ ഭൂതത്തെ പ്രത്യക്ഷപ്പെടുത്തി. മഹാസിർ ഭൂതത്തെ ബാദുഷാകുമാരി ആദ്യമായിട്ട് കാണുകയായിരുന്നു. മഹാസിർ ഭൂതത്തിന്റെ രൂപം കണ്ട് കുമാരി ഭയ പ്പെട്ടു.

"ഇവൻ നമ്മുടെ അടിമയാണ് കുമാരീ. ഇതാ കണ്ടോളൂ. നാം കൽപ്പി ക്കുമ്പോൾ ഇവൻ എന്താണ് ചെയ്യാൻ പോകുന്നതെന്ന്. മഹാസിർ ഞങ്ങൾക്ക് ഉല്ലാസയാത്രപോകാൻ മനോഹരമായ ഒരു ആകാശപ്പല്ലക്ക് ഉടനെ എത്തിക്കൂ. എല്ലാ സൗകര്യങ്ങളും ഉണ്ടായിരിക്കണം പല്ലക്കിൽ. ങ്ും, ഉടനെ."

മന്ത്രവാദി കൽപ്പിച്ചു.

പക്ഷേ ഒന്നും കേട്ടിട്ടില്ലാത്ത മട്ടിൽ ഭൂതം നിസ്സംഗനായി നിന്നതേയുള്ളൂ!

"മഹാസിർ എന്റെ കൽപ്പന കേട്ടില്ലേ?"

മന്ത്രവാദി ഗൗരവത്തോടെ ചോദിച്ചു.

"കുമാരി കല്പിച്ചാലും! മഹാസിർ എന്താണ് ചെയ്തുതരേണ്ടത്?"

മഹാസിർ ഭൂതം ചോദിച്ചു.

"കുമാരീ, ഞാൻ ഇപ്പോൾ അവിടുത്തെ അടിമ. കല്പിച്ചാലും!"

മഹാസിർ ഭൂതം പറഞ്ഞു.

"മനോഹരമായ ഒരു ആകാശപ്പല്ലക്ക് കൊണ്ടുവരൂ."

ബാദുഷാകുമാരി കല്പിച്ചു.

മഹാസിർ ഭൂതം അപ്രത്യക്ഷനായി.

“മഹാസിർ, നിന്നെ ഞാൻ ഒരു പാഠം പഠിപ്പിക്കുന്നുണ്ട്.”

മന്ത്രവാദി പറഞ്ഞു.

നിമിഷങ്ങൾ കൊണ്ട് മഹാസിർ അതിമനോഹരമായ ഒരു ആകാശ പ്പല്ലക്ക് അവർക്ക് മുമ്പിൽ എത്തിച്ചു.

“ഹാ, മനോഹരം മഹാസിർ! കുമാരീ പല്ലക്കിലേക്ക് കയറൂ.”

മന്ത്രവാദി പറഞ്ഞു.

“അങ്ങ് ആദ്യം! പിന്നെയല്ലേ ഈയുള്ളവൾ.”

ബാദുഷാകുമാരി പറഞ്ഞു.

“ശരിയാണ് കുമാരി പറഞ്ഞത്. നാം തന്നെയാണ് ആദ്യം കയറേ ണ്ടത്.”

മന്ത്രവാദി പല്ലക്കിലേക്ക് കയറിയിരുന്നു.

“ങും, കയറൂ കുമാരീ.”

മന്ത്രവാദി കൈകൾ നീട്ടിയിട്ട് പറഞ്ഞു.

“മഹാസിർ, പല്ലക്ക് ആകാശത്തേക്ക് ഉയർത്തപ്പെടട്ടെ! ഏഴ് കടലു കളും കടന്ന് ആകാശത്തിന്റെ അനന്തതയിലേക്ക് പറക്കട്ടെ! കടലുകൾക്ക പ്പുറമുള്ള ഒറ്റപ്പെട്ട ദ്വീപിലേക്ക്.”

ബാദുഷാകുമാരി കൽപ്പിച്ചു.

പല്ലക്ക് മന്ത്രവാദിയേയുമായി ആകാശത്തേക്ക് ഉയർന്നു. നിമിഷ ങ്ങൾക്കുള്ളിൽ ഒരു പൊട്ടുപോലെ ചക്രവാളത്തിൽ മറഞ്ഞു.

“മഹാസിർ, എനിക്ക് എന്റെ അലാവുദ്ദീനെ കാണണം.”

കുമാരി പറഞ്ഞു.

“എത്തിക്കാം കുമാരി.”

മഹാസിർ പറഞ്ഞു.

താമസിയാതെ തന്നെ അലാവുദ്ദീൻ കുമാരിയുടെ മുമ്പിലെത്തി.

“ഇനി എന്തുവേണം പറയൂ.”

“ഞങ്ങളേയും രുക്സാനയേയും ഷേബാ ദേശത്തേക്ക് കൊണ്ടു പോകൂ.”

“കല്പനപോലെ കുമാരി.”

മഹാസിർ ഭൂതം പറഞ്ഞു.

# ഇരുപത്തിരണ്ട്

**അ**ലാവുദ്ദീന്റെ ഉമ്മ രാവിലെ എഴുന്നേറ്റപ്പോൾ തരിച്ചിരുന്നുപോയി. ചുറ്റും കാണുന്ന കാഴ്ചകളൊന്നും അവർക്ക് വിശ്വസിക്കാൻ കഴിയുന്നുണ്ടായിരുന്നില്ല.

പഴയതിനേക്കാൾ പ്രൗഢിയും അലങ്കാരങ്ങളുമുള്ള മുറിയിലായിരുന്നു അവരുടെ കിടപ്പ്. പഴയ വേഷഭൂഷാദികളെല്ലാം അവർക്ക് തിരിച്ചുകിട്ടിയിരുന്നു.

"പടച്ചതമ്പുരാനേ, നീ എന്റെ പ്രാർത്ഥന കേട്ടല്ലോ."

അവർ ദൈവത്തോട് നന്ദി പറഞ്ഞു.

അലാവുദ്ദീന്റെ ഉമ്മ സന്തോഷത്തോടെ കൊട്ടാരം മുഴുവൻ ചുറ്റി നടന്നു കണ്ടു.

അലാവുദ്ദീനും ബാദുഷാകുമാരിയും അവരുടെ മുമ്പിൽ ശയിക്കുന്നു. തൊട്ടടുത്ത മുറിയിൽ അവർ കൂടെ കൊണ്ടുവന്ന രുക്സാനയും.

ബാദുഷ രാവിലെ എഴുന്നേറ്റ് ജനാലയുടെ പട്ടുവിരികൾ മാറ്റി നോക്കിയപ്പോഴും ഇതേ കാഴ്ച തന്നെയായിരുന്നു കണ്ടത്!

പഴയതിൽ നിന്ന് ഏറെ ഭംഗിയുള്ളതായി തോന്നി അലാവുദ്ദീന്റെ കൊട്ടാരം.

ബാദുഷയുടെ മനസ്സും കണ്ണും സന്തോഷം കൊണ്ട് നിറഞ്ഞു.

അലാവുദ്ദീന്റെ ഉമ്മ വിശാലമായ ഇടനാഴികകളിൽ കൂടെ നടന്ന് സന്ദർശകർക്കുള്ള മുറിയിൽ എത്തിയപ്പോൾ അവിടെ ഇരിക്കുന്നുണ്ടായിരുന്നു ഷുക്കൂർ!

"നീ കണ്ടില്ലേ ഷുക്കൂറേ. നഷ്ടപ്പെട്ടതൊക്കെ തിരിച്ചുകിട്ടി! പടച്ചതമ്പുരാൻ ഒക്കെ തിരിച്ചുതന്നു."

അലാവുദ്ദീന്റെ ഉമ്മ നിറഞ്ഞ സന്തോഷത്തോടെ പറഞ്ഞു.

"ഞാൻ പറഞ്ഞിരുന്നില്ലേ ഉമ്മാ എല്ലാം തിരിച്ചുകിട്ടുമെന്ന്! ഉമ്മാ അലാവുദ്ദീൻ എണീറ്റില്ലേ? നാസ്ത കഴിച്ച് പഴയ പോലെ കട്ടിലിൽ കയറി കിടക്കുകയാണോ?"

ഷുക്കൂർ ചോദിച്ചു.

"ഇനി അങ്ങനെ കിടക്കാൻ പറ്റൂല്ലാലോ ഷുക്കൂറെ. പഴയ അലാവുദ്ദീനാണോ ഇപ്പോൾ? നിന്റെ കൂട്ടുകാരനോട് കാര്യങ്ങളൊക്കെ പറഞ്ഞു കൊടുക്കണം."

"ഞാൻ അതിനാണ് ഉമ്മാ വന്നത്. കുറച്ചുകാര്യങ്ങള് അലാവുദ്ദീനോട് പറയാനുണ്ട്. അവൻ വരട്ടെ."

ഷുക്കൂർ പറഞ്ഞു.

അലാവുദ്ദീൻ വന്നു.

അവന്റെ കൂടെ ബാദുഷാകുമാരിയും ഉണ്ടായിരുന്നു.

അവരെ ഒന്നിച്ചുകണ്ടപ്പോൾ ഷുക്കൂറിന് വളരെ സന്തോഷം തോന്നി.

"ചങ്ങാതീ നീ ഇപ്പോൾ പഴയ അലാവുദ്ദീനല്ല. നിന്റെ ആ കുഴിമടിയും കിടന്നുറക്കവുമൊക്കെ ഇനി പാടില്ല."

ഷുക്കൂർ പറഞ്ഞു.

"അലാവുദ്ദീൻ ഇപ്പോഴും ആ പഴയ അലാവുദ്ദീൻ തന്നെ ഷുക്കൂറെ! ഈ കൊട്ടാരവും പ്രതാപവും ഉണ്ടായതുകൊണ്ടൊന്നും അലാവുദ്ദീന് മാറാൻ കഴിയില്ല."

അലാവുദ്ദീൻ പറഞ്ഞു.

"അതെ ചങ്ങാതീ, നിന്റെ ആ പഴയ മനസ്സ് മാറരുതെന്ന് തന്നെയാണ് എന്റെ ആഗ്രഹം. പക്ഷേ ബാദുഷയുടെ കാലം കഴിയുമ്പോൾ ഈ ഷേബാദേശത്തിന്റെ ഭരണാധികാരി നീയാണ്. അത് മറക്കണ്ട. അതിനിടയ്ക്ക് രാജതന്ത്രങ്ങൾ പഠിച്ചെടുക്കേണ്ടതുണ്ട്."

ഷുക്കൂർ പറഞ്ഞു.

"അതൊക്കെ നീ തന്നെ പഠിച്ചാൽ മതി."

"ഞാനോ? അതെന്തിന്?"

"ഞാൻ ദേശത്തിന്റെ ബാദുഷയാണെങ്കിൽ നീയായിരിക്കുമല്ലോ എന്റെ മന്ത്രിമുഖ്യൻ. മന്ത്രിമുഖ്യനല്ലെ കാര്യങ്ങളെല്ലാം അറിഞ്ഞിരിക്കേണ്ടത്?"

"ഇതൊന്നും തമാശ പറയേണ്ട കാര്യങ്ങളല്ല ഷുക്കൂറെ."

"അലാവുദ്ദീൻ ഷേബാദേശത്തിന്റെ ബാദുഷയാവും എന്ന് നീ പറഞ്ഞത് തമാശയല്ലെങ്കിൽ ഞാൻ ഈ പറഞ്ഞതും തമാശയല്ല. നീയില്ലാതെ എനിക്ക് എന്ത് അധികാരം ഷുക്കൂറെ?"

അലാവുദ്ദീൻ ആ പറഞ്ഞത് ആത്മാർത്ഥതയോടെയായിരുന്നു. കുട്ടിക്കാലം മുതലേ കൂടെ നടക്കുന്നവനാണ് ഷുക്കൂർ. നന്മയിലും തിന്മയിലും അവനായിരുന്നു കൂടെ. ഇനിയുള്ള കാലങ്ങളിലും ഷുക്കൂർ കൂടെയുണ്ടാവണമെന്ന് തന്നെയാണ് അലാവുദ്ദീന്റെ ആഗ്രഹം.

പക്ഷേ മന്ത്രവാദി ഇനിയും അത്ഭുതവിളക്കും തേടി ഷേബാ ദേശത്ത് എത്തുകയില്ലെന്ന് എന്താണ് ഉറപ്പ്? രണ്ടാമത്തെ തവണയാണ് ആ അത്ഭുതവിളക്ക് അയാളിൽ നിന്ന് വഴുതിമാറിപ്പോകുന്നത്?

"അലാവുദ്ദീനേ, മന്ത്രവാദി അടങ്ങിയിരിക്കുമെന്ന് തോന്നുന്നുണ്ടോ!"

“ഇല്ല ഷുക്കൂറെ. ഇനി അയാൾക്ക് വരാൻ കഴിയില്ല. ഏഴുകടലും കടന്ന് ജനവാസം പോലുമില്ലാത്ത ഒറ്റപ്പെട്ട ഒരു ദ്വീപിൽ എത്തിയിട്ടുണ്ടാവും അയാൾ. അവിടെ നിന്ന് രക്ഷപ്പെടാൻ അയാൾക്ക് കഴിയില്ല.”

ബാദുഷാകുമാരി അത്ഭുതവിളക്ക് കൈവശപ്പെടുത്തിയതും മന്ത്രവാദിയെ ആകാശപ്പല്ലക്കിൽ കയറ്റി കടലുകൾക്കപ്പുറത്തേക്ക് പറഞ്ഞയച്ചതുമെല്ലാം അലാവുദ്ദീൻ പറഞ്ഞു.

ബാദുഷാകുമാരിയുടെ സമയോചിതമായ പ്രവൃത്തിയെപ്പറ്റി കേട്ടപ്പോൾ അലാവുദ്ദീന്റെ ഉമ്മയ്ക്ക് അത്ഭുതം തോന്നി. ബാദുഷാകുമാരിയെപ്പറ്റി അവർക്ക് അഭിമാനം തോന്നി. തന്റെ അലാവുദ്ദീന് പറ്റിയ വധു തന്നെ ബാദുഷാകുമാരി എന്ന് അവർക്ക് ബോധ്യപ്പെട്ടു.

“ഷുക്കൂറേ, ഞാൻ നിനക്ക് വേണ്ടി ബാഗ്ദാദിൽ നിന്ന് ഒരു സമ്മാനം കൊണ്ടുവന്നിട്ടുണ്ട്. നിനക്ക് ഇഷ്ടപ്പെടും.”

അലാവുദ്ദീൻ പറഞ്ഞു.

“ഷുക്കൂറെ, നീ കണ്ടില്ലാലോ എന്റെ അലാവുദ്ദീന്റെ പെണ്ണളെ?”

അലാവുദ്ദീന്റെ ഉമ്മ ചോദിച്ചു. എന്നിട്ട് അകത്തേക്ക് നോക്കി വിളിച്ചു.

“മോളേ രുക്സാനാ.”

രുക്സാന അവിടേക്ക് വന്നു.

ഷുക്കൂർ രുക്സാനയെകണ്ട് അത്ഭുതപ്പെട്ടു.

മുമ്പ് എളേപ്പയെന്ന് പറഞ്ഞായിരുന്നു മന്ത്രവാദി വന്നത്!

അതുപോലെ സഹോദരിയാണെന്ന് പറഞ്ഞ് ഏതെങ്കിലും പെൺ മന്ത്രവാദി വേഷം മാറി വന്നതായിരിക്കുമോ! പക്ഷേ, ഈ രൂപം കാണുമ്പോൾ ഇവൾ അത്തരത്തിലുള്ള ഒരു പെണ്ണാണെന്ന് തോന്നുന്നില്ല. സുന്ദരിയാണ്. മുഖത്ത് തേജസ്സുണ്ട്.

“മുമ്പ് എളേപ്പ വന്നതുപോലെ രുക്സാന ഏതെങ്കിലും മായാജാലക്കാരിയാണോ എന്നല്ലേ ഷുക്കൂറെ നിന്റെ ആലോചന. നീ സംശയിച്ചത് ശരി തന്നെയാണ്. മന്ത്രവാദിയുടെ ഏക കൂടെപ്പിറപ്പാണ് രുക്സാന.”

അത് കേട്ടതോടെ ഭയത്തോടെയായിരുന്നു പിന്നെ ഷുക്കൂർ രുക്സാനയെ നോക്കിയിരുന്നത്.

“പക്ഷേ മന്ത്രവാദിയുടെ കൂടപ്പിറപ്പാണെങ്കിലും രുക്സാന ഇപ്പോൾ എന്റെ സഹോദരിയാണ്. ഇവളെ എന്റെ ഉമ്മ പ്രസവിച്ചില്ലെന്നേയുള്ളൂ.”

അലാവുദ്ദീൻ പറഞ്ഞു.

പക്ഷേ അപ്പോഴും ഷുക്കൂറിന്റെ കണ്ണുകളിൽ നിന്നും സംശയം മാഞ്ഞുപോയിട്ടുണ്ടായിരുന്നില്ല.

"ശരിയാണ് ഷുക്കൂറേ, അലാവുദ്ദീൻ പറഞ്ഞത്. ഇത് ഞാൻ പ്രസവിച്ചിട്ടില്ലാത്ത എന്റെ മോളാണ്."

അലാവുദ്ദീന്റെ ഉമ്മ പറഞ്ഞു.

"അലാവുദ്ദീനെ, എന്തൊക്കെയായാലും ഇവൾ ചെയ്ത ദ്രോഹം മറക്കാൻ പറ്റുമോ? ഇവൾ കാരണമല്ലേ എല്ലാ ദുരിതങ്ങളും ഉണ്ടായത്."

ഷുക്കൂർ ചോദിച്ചു.

"ഒരു തരത്തിൽ പറഞ്ഞാൽ ആ ദുരിതങ്ങളെല്ലാം നല്ലതിനായിരുന്നു. ഒരുപാട് പാഠങ്ങൾ ഞാനും ഉമ്മയും പഠിച്ചു. ദൈവം തരുന്നത് കൈ നീട്ടി അനുഭവിക്കാനേ പാടുള്ളൂ. അഹങ്കരിക്കാൻ പാടില്ല എന്ന വലിയ പാഠം. ഈ രുക്സാന തന്നെയാണ് ദുരിതങ്ങളിൽ നിന്നെല്ലാം ഞങ്ങളെ രക്ഷിച്ചത്. നീ ഭയപ്പെടുന്നതുപോലെ മന്ത്രവാദി ഇനി ഒരിക്കലും അത്ഭുത വിളക്ക് തേടി ഈ ദേശത്തേക്ക് വരില്ല. ഷുക്കൂറേ, ഇവിടെ നിന്ന് നമ്മൾ ഒരു പുതിയ ജീവിതം തുടങ്ങുകയാണ്. നീ ഇതുപറ. എങ്ങനെയുണ്ട് എന്റെ സഹോദരി?"

"തരക്കേടില്ല."

ഷുക്കൂർ പറഞ്ഞു.

"അങ്ങനെ നിസ്സാരമായി പറഞ്ഞാൽ പോരാ. നിനക്ക് ഇഷ്ടപ്പെട്ടോ?"

"നിന്റെ സഹോദരിയല്ലേ! എനിക്ക് ഇഷ്ടപ്പെടാതിരിക്കുമോ?"

"എങ്കിൽ എന്റെ സഹോദരിയായ രുക്സാനയെ നീ കല്യാണം കഴിക്കാൻ പോകുന്നു."

"അലാവുദ്ദീനേ, തമാശ പറയല്ലേ."

"തമാശയല്ല. ഞാനും ഉമ്മയും തീരുമാനിച്ചുറപ്പിച്ച കാര്യമാണ്. എന്താ ഉമ്മാ?"

അലാവുദ്ദീൻ ചോദിച്ചു.

"എന്താ ഷുക്കൂറേ, എന്റെ മോളെ നിനക്ക് ഇഷ്ടപ്പെട്ടില്ലേ?"

"നിങ്ങളുടെ തീരുമാനത്തിന് എന്നെങ്കിലും ഞാൻ എതിര് നിന്നിട്ടുണ്ടോ ഉമ്മാ!"

ഷുക്കൂർ ചോദിച്ചു.

"എങ്കിൽ അടുത്ത ദിവസം തന്നെ ഇവരുടെ നിക്കാഹ്! അല്ലേ ഉമ്മാ?"

തെരുവിൽ നിന്നും ഒരാൾ ഉച്ചത്തിൽ വിളിച്ചുപറയുന്ന ശബ്ദം അവിടേക്ക് കേൾക്കുന്നുണ്ടായിരുന്നു.

"പഴേ വീട്ടുസാധനങ്ങൾ കൊടുക്കാനുണ്ടോ?"

"എന്താ ഷുക്കൂറേ ആ ആൾ വിളിച്ചുപറയുന്നത്?"

അലാവുദ്ദീൻ ചോദിച്ചു.

“പഴയ വീട്ടുസാധനങ്ങൾക്കു പകരം പുതിയത് കൊടുക്കുന്ന ഏതോ പാത്രവിൽപ്പനക്കാരനാണ്!”

ഷുക്കൂർ പറഞ്ഞു.

“ഇവിടെ ഒരു വിളക്കുണ്ടല്ലോ ഷുക്കൂറേ! മോനേ അലാവുദ്ദീനേ അത് കൊടുത്ത് ഒരു പുതിയ വിളക്ക് വാങ്ങിയാലോ?”

അലാവുദ്ദീന്റെ ഉമ്മ ചോദിച്ചു.

“അത്ഭുതവിളക്കല്ലെ ഉമ്മാ അത്! എന്ത് ചോദിച്ചാലും തരുന്ന ഭൂതത്തിന്റെ വിളക്ക്!”

ഷുക്കൂർ പറഞ്ഞു.

“അത്ഭുതവിളക്കും ഭൂതവും മന്ത്രവാദിയുമെല്ലാം പോയി ഷുക്കൂറേ. ആ വിളക്കുകൊണ്ടുള്ള നേട്ടങ്ങളെല്ലാം ഞാൻ വേണ്ടെന്നു വെക്കുകയാണ്. ദൈവം എനിക്കായി മാറ്റിവെച്ചത് മാത്രം മതി.”

അലാവുദ്ദീൻ പറഞ്ഞു.

“അതേ മോനേ! പടച്ചവൻ തരുന്നത് മാത്രം മതി നമ്മക്ക്. ഭൂതവും പിശാചും തരുന്ന സ്വത്തിലൊന്നും ഐശ്വര്യണ്ടാവൂല്ല.”

അലാവുദ്ദീന്റെ ഉമ്മ പറഞ്ഞു.

“ഉമ്മാ, വിളക്ക് നഷ്ടപ്പെട്ടാലും ആ വിളക്കിന്റെ ശക്തി എന്നും എന്റെ ഈ സഹോദരന്റെ കൂടെയുണ്ടാവും. എന്റെ സഹോദരന്റെ പേരിൽ വർഷങ്ങൾക്കുമുമ്പേ രേഖപ്പെടുത്തിവെച്ച വിളക്കാണ് അത്. മറ്റൊരാളുടെ കൈയിൽ എത്തിപ്പെടില്ല.”

രുക്സാന പറഞ്ഞു. ■